ஆன்மீக பரிகாரங்கள்

பாகம் 1-2

அஷ்வத் ஷங்கர்

INDIA · SINGAPORE · MALAYSIA

ISBN 979-8-89186-860-1

DISCLAIMER

இந்நூலில் கொடுக்கப்பட்டுள்ள பரிஹாரங்கள் அனைத்தும் ஆசிரியர் செயல்படுத்தி அடைந்த நன்மைகளின் அனுபவங்கள். இந்நூலில் கொடுக்கப்பட்ட பரிஹாரங்களை மேற்கொள்வதனால் வரும் நன்மை, தீமைகளுக்கு ஆசிரியர் பொறுப்பல்ல.

பொருளடக்கம்

ஆசிரியர் உரை

ஜோதிட பெருமக்களுக்கும், ஆன்மீகத்தில் நாட்டம் உள்ளவர்களுக்கும், மிகவும் பயன் தரும் வகை எனது நூல்கள் "நவக்கிரஹங்களும் ஆன்மீக பரிஹாரங்களும் பாகம் 1 மற்றும் 2" இணைத்து "ஆன்மீக பரிகாரம் பாகம் 1 மற்றும் 2" என்ற பெயரில் வெளியிடுகின்றேன்.

திக்குத் தெரியாத காட்டில் தனியே இருந்த எனக்கு வாழ்க்கை பாதையை வெள்ளிச்சமாக்கி காட்டிய என் உடன்பிறவா சகோதரர் மறைந்த திரு V.G.சேகர் அவர்களுக்கும், எனக்கு ஜோதிட அரிச்சுவடியை கற்றுக்கொடுத்த ஆசான் மறைந்த திரு எஸ். ஆர் வெங்கட சுப்ரமணியன் (எட்டையபுரம்) அவர்களுக்கும், பரிகார ஆராய்ச்சியில் என்னை நன்கு ஊக்குவித்து கற்றுத் தந்த மறைந்த ஆன்மீக செம்மல் ஐயா திரு மிஸ்டிக் செல்வம் அவர்களுக்கும் நான் என்றும் கடமை பட்டு இருக்கிறேன் இந்நூலை அவர்களுக்கு சமர்ப்பிக்கின்றேன்.

"விஜயாபதியில் நவ அபிஷேகம்" என ஜோதிட பூமி இதழில் 1998 ஆம் ஆண்டு நவ அபிஷேகத்தை நான் பரிஹாரமாக செயல் படுத்தியதை பற்றி என்னை பாராட்டி திரு மிஸ்டிக் செல்வம் ஐயா அவர்கள் எழுதியுள்ளார்கள். திதி, மற்றும் யோகம் பற்றிய விபரங்களை 2004ம் ஆண்டிலேயே எனது இரண்டாம் பாகத்தில் எழுதியிருக்கிறேன். மேலும் வ்யாதிபாத நாம யோகத்துக்கு தாமிரபரணி ஆற்றங்கரையில் சேரன்மஹாதேவியை பற்றி ஒரு வருடம் ஆராய்ச்சி செய்து அதை மக்களுக்கு கொண்டு சென்று அவர்கள் வாழ்க்கையை

வளம் பெற செய்தது எனக்கு ஓர் மனநிறைவு. இதனால் லட்சக் கணக்கானோர் பயன் பெற்று இருக்கிறார்கள்.

சென்னை திருவான்மியூர் கலாக்ஷேத்ரா காலனியில் உள்ள ஸ்ரீ சக்கரை அம்மன் ஆலயத்தில் 2006 முதல், சித்தர் சக்கரை அம்மனின் ஜென்ம நட்ஷத்திரமான திருவாதிரை நட்ஷத்திரத்தில் தொடர்ந்து 6 ஆண்டுகள் சொற்பொழிவு ஆற்றி ஜோதிட நுணுக்கங்கள் மற்றும் எளிய பொதுவான பரிகாரங்களை கூறியுள்ளேன்.

2013ஆம் வருடம் முதல் ஸ்ரீ சங்கரா தொலைக்காட்சியில் ஜோதிட பரிகாரங்கள் பற்றி நேரடி ஒளிபரப்பில் பங்கேற்றுள்ளேன். தொடர்ந்து 7 ஆண்டுகளாக நடந்த நிகழ்ச்சியில் ஜோதிட சூட்சமங்களை மக்களுக்கு புரியும் வகையில் கிட்ட தட்ட 500 உதாரண ஜாதகங்களை காண்பித்து விளக்கியுளேன்.

இந்நூலின் ஒவ்வொரு விஷயமும் தங்களை மறுபடி மறுபடி படிக்கத் தோன்றும். படித்து பயன் பெற்று அதனை எனது இமெயில் முகவரியில் பகிர்ந்து கொள்ளுமாறு வேண்டுகிறேன்.

அன்புடன் தங்கள்
அஷ்வத் ஷங்கர்
ashvathshanker@gmail.com
+91 81220 37397

1.

ஜோதிடமும் நம் நடைமுறைகளும்

ஜனனீ ஜன்ம சௌக்யானாம் வர்த்தனீ குலஸம்பதாம்
பதவீ பூர்வ புண்யானாம் லிக்யதே ஜென்ம பத்ரிகா

ஜோதிடர்களால் எழுதப்பட்ட ஜாதகம் என்பது ஜாதகன் முற்பிறவியில் செய்த நன்மை தீமைகளை உணர்ந்து, நன்மை செய்தோர்க்கு நன்மையும், தீமை செய்தோர்க்கு தீமையையும் அடையும்படி பிரம்மனால் எழுதப்பட்ட கோட்பாடு என்பதாம்.

நன்மை வரும் எனில் மகழ்ச்சியும், தீமை வரும் எனில் அதைப்பற்றிக் கவலைபடாமல் தரும சாஸ்த்திரங்கள் விதித்தப்படி சாந்தி கருமங்களை செய்தும் தீமையிலிருந்து விடுபட வேண்டும்.

கர்மாவை விலக்க முடியாது, விதிப்படி அனுபவித்துதான் தீர வேண்டும் என பலர் கூறுவார்கள். மஹான்களும், அகத்திய மாமுனி போன்ற ரிஷிகளும் கூறியுள்ள சாந்தி கர்மாவை செய்து விதியை வெல்ல முயற்சிக்காமல் இருப்பவர்களுக்கு, எல்லாம் விதிப்படிதான் நடக்கும். அவர்கள் கர்மாவை அனுபவித்தே தீரவேண்டும்.

இறைவனை நோக்கி கடுந்தவம் இருந்து விதியை விலக்க முயற்சி செய்ய வேண்டும். இறைவனை வணங்கி அவன் பாதம் பற்றினால் நம் வினையானது தீரும் என்பது நம் முன்னோர்கள் கருத்து.

மிகவும் கஷ்டப்பட்டு படித்து தேறியும் ஜீவனத்திற்கு ஒரு தொழிலும் இன்றி துன்பப்பட வேண்டும் என்ற கர்மா அமைந்த ஒருவன் தனக்கு உத்தியோகம் வேண்டும் என எவ்வளவு இடங்களுக்கு சென்றாலும் அவனுடைய கர்மா அவனுக்கு முன் அவன் தொழில் நிமித்தமாக செல்லும் இடங்களுக்கு சென்று அவனுக்கு தொழில் கொடுக்க விடாமல் செய்யும். தளர்வு அடையாமல் முழு முயற்சியுடன் இறைவனை வேண்டினால் கர்மா தீருவதற்கான சாந்தி பரிஹாரங்கள் கிட்டி அவற்றை முறைப்படி செய்து விதியை வெல்லலாம்.

விதியை மதியால் வெல்லலாம். தசரத சக்கரவர்த்தி புத்திர காமேஷ்டி யாகம் செய்து புத்திரனை பெற்றார். ஆனால் சிலர் புத்திர காமேஷ்டி யாகம், நாக பிரதிஷ்டை செய்தும் குழந்தை பிறக்க வில்லையே என்றால் தவறு. ஜாதகப்படி என்ன கர்மா அல்லது சாபம் என தெரிய வேண்டும்.

தேவ சாபம், விஷ்ணு சாபம், பிதுர் சாபம், நாக சாபம், கன்னி சாபம், பத்தினி சாபம், கோ சாபம், பிராமண சாபம், பட்சி சாபம் போன்ற பல சாபங்களில் எந்த சாப நிவர்த்திக்கு பரிஹாரம் செய்ய வேண்டும் என அறிந்து பரிஹாரம் செய்தால்தான் பலனளிக்கும்.

மனிதன் பிரச்சனை வரும்போது ஏதாவது ஒரு ஜோதிடரை அணுகி எந்த தெய்வத்தை வணங்க வேண்டும் என கேட்டு நிவர்த்தி பெறுகின்றான். நமது நாட்டில் தோன்றிய மதங்களுக்கு உரிய தெய்வங்களைப் பற்றி புராணங்கள், மந்திரங்கள் உள்ளன. அந்த கதைகளில் உள்ள கருத்து இறைவழிபாடு என்ன என்று கூறுவதே ஆகும். கதைகளை படித்த மக்கள் கருத்துக்களை புரியாமல் வாழ்ந்துகொண்டு இருக்கிறார்கள்.

பரதன் ஸ்ரீஇராமனிடம் தான் 14 வருடம் அவருக்காக ஆட்சி புரிவதாகவும் அந்த கடைசி நாளென்று அவர் வராவிட்டால் தான் தீக்குளித்து விடுவதாகவும் சத்தியம் செய்திருந்தார். அதன்படி

கடைசி நாள் அன்று இராமபிரான் வராததால் தீ மூட்டி அதில் விழுவதற்காக பரதன் தீயை வலம் வந்து கொண்டிருந்தார். இராமர் சீதாபிராட்டியாரை மீட்டுக் கொண்டு வரும்போது வழியில் பரத்துவாஜ ஆசிரமத்தில் ஒரு நாள் தங்க வேண்டிய நிர்ப்பந்தம் ஏற்பட்டது. அதனால் குறிப்பிட்ட நாளன்று இராமபிரான் அயோத்தியை எட்டவில்லை. அதற்கு பதிலாக அனுமாரை அனுப்பி தான் வரும் செய்தியை பரதனிடம் கூறிவிட சொன்னார். தீயை வலம் வந்து கொண்டிருந்த பரதன் முன் அனுமார் தோன்றி கடவுளையும் உண்மையையும் நம்பி வாழ்பவர்களுக்கு எவ்வளவோ சோதனைகள் வந்தால் கூட கடைசியில் அவர்களுக்கு வெற்றி கிடைக்கும். ஆனால் நம்பிக்கையை இழந்து விபரீதச் செயல்களில் ஈடுபட்டால் சுக அனுபவங்கள் வரும்பொழுது அவற்றை அனுபவிக்க முடியாமல் போய் விடும் என கூறினார். இதை கேட்ட பரதன் என்ன செய்தி கொண்டு வந்துள்ளீர்கள் என கேட்க, இராமபிரான் வந்து கொண்டு இருக்கும் செய்தியை அனுமார் கூறினார். பரதன் தன் உயிரை மாய்த்துக் கொள்ளும் முயற்சியை கைவிட்டு மறுநாள் வரவிருக்கும் இராமபிரானை வரவேற்பதற்கான ஏற்பாடுகளில் மும்முரமாக இறங்கினார்.

இதிலிருந்து நாம் தெரிந்து கொள்ள வேண்டியது என்னவென்றால் எந்த மனிதனது வாழ்விலும் இருண்ட காலம் கடைசிவரை நீடிக்காது. என்றைக்காவது ஒரு நாள் தீரத்தான் செய்யும். நல்ல காலம் வரத்தான் செய்யும் என்ற நம்பிக்கை வேண்டும்.

நித்ய பிரதோஷ வேளையான மாலை 4½ முதல் 6 மணி வரை உணவு எதுவும் உட்கொள்ளாமல் உங்களுடைய நியாயமான கோரிக்கை நிறைவேற வேண்டும் என்று மனதால் பிரார்த்தனை செய்தால் அது நிறைவேறும். இந்நேரத்தில் ஒலி, ஒளி கதிர்கள் நம் உடலில் வந்து சேரும். ஆனால் பொதுவாக இந்நேரத்தில் மாலை டிபன் என திண்பண்டங்களுடன் காபி அல்லது தேநீர் அருந்தி வயிறை நிரப்பிக் கொள்கிறோம்.

ஹோமங்கள் காலை 6 மணிக்குமேல் செய்ய வேண்டும். சூரிய உதயத்திற்கு முன் ஹோமங்களை செய்வது தவறு. பிரம்ம முகூர்த்த நேரத்தில் ஹோமத்திற்குண்டான ஜெபங்களை செய்வது நற்பலன். ஹோமத்திற்கான சங்கல்பம் செய்யும்போது "தாரா பலன்" என கூறுகிறோமோ அந்த தாரா பலன் எப்போது வரும். சூரியன் உதித்த பின் ஹோமத்திற்குண்டான அக்னியை எழுப்புதல்தான் சரியான முறை. எந்த சாஸ்திரங்களிலும் ஹோமங்களை சூரிய உதயத்திற்கு முன் செய்து முடிக்க வேண்டும் என கூறப்படவில்லை.

என்றைக்கு பிரச்சனை என்ற ஒன்று ஒரு மனிதனுக்கு ஏற்பட்டதோ அன்றே தீர்வு என்று ஒன்றும் உள்ளது. அந்த தீர்வு என்ன என்பதுதான் நம் கண்களுக்கு புலப்படுவது இல்லை. ஏதோ ஒரு மாற்றுவழி இருக்கத்தான் செய்கிறது. அதைத்தான் பரிஹாரம் என அழைக்கிறோம். ஒவ்வொரு செயலுக்கும் ஒரு எதிர் செயல் ஒன்று உண்டு என்பதுதான் பரிஹாரம்.

பிரச்சனைகள் தீர நமக்குரிய சரியான வழி கிடைக்க வேண்டுமாயின் இரண்டு விஷயத்தை நாம் செய்ய வேண்டும். 1) பித்ரு கடன், 2) தேவகடன்.

பித்ருக்களுக்குரிய தர்பணங்களையும், தில ஹோமத்தையும் செய்யாமல் நம் பிரச்சனைகள் தீர வழி கிடைப்பது கடினம். நம் தலைமுறையில் பின்னோக்கி 7 தலைமுறையில் நமது துன்பங்களை நீக்க வலுபெற்றவர்கள். அவர்களுக்குரிய தர்ப்பணம், திலஹோமங்களை செய்து உடல் உபாதை, பொருளாதார சிக்கல், திருமணத்தடை மற்றும் பல சிக்கல்களிலிருந்து எளிதில் வெற்றி பெறலாம்.

குடும்பத்தில் நம் முன்னோர்கள் வணங்கிய குல தெய்வம், மற்றும் இஷ்ட தெய்வம், கிராம தேவதை ஆகியவர்களை வணங்கினால் நம் பிரச்சனைகள் தீருவதற்குரிய வழியை வகுத்து தருவார்கள்.

சிருஷ்டியில் ஈடுபட்டுள்ள பிரம்மா ஒவ்வொரு ஜீவனும் காம சுகத்தில் ஈடுபடவைத்து. குழந்தைகளை உண்டு பண்ணுகிறார். ஒரு ஆணும் பெண்ணும் சங்கமிப்பதால் பெண்ணின் வயிற்றில் கரு உருவாகின்றது. முதல் மாதத்தில் மிருதுவான சொரூபத்தை அடைகின்றது. இரண்டாம் மாதம் சிறுமீன் போல் கரு வளர்கிறது. மூன்று மாதங்கள் நிறைந்தவுடன் கை கால்கள் உருவாகின்றன.

ஐந்தாவது மாதத்தில் கரு மேலும் வளரும் ஆறாவது மாதத்தில் அறிவுக்கு அதிகாரியான ஜீவன் தோன்றும். ஏழாவது எட்டாவது மாதத்தில் ரோமங்கள் வளரும். ஒன்பதாவது மாதத்தில் சிறிது மலம் ஜலம் கழித்து அவைகளையே பூசிக்கொண்டு அழுது துன்பத்தை அடையும். தாய் உண்ணும் உப்பு, புளி, காரம், சூடு முதலியவைகளை சகிக்காமல் சுழன்று சுழன்று தவிக்கும். அப்போது தான் முற்பிறவியில் செய்த வினைகளை எண்ணி துன்புறும். கர்ப்ப வேதனையுடன் மலஜல கழிவுகளுடன் சுழன்று வரும்போது தன்னை தானே நிந்தித்துக் கொள்ளும். கருவில் படும் துன்பம் அளவற்றது. ஒருபுறம் தாயின் வயிற்றில் உள்ள அக்னி கொளுந்துகிறது. ஒருபுறம் ஜலமல துர்நாற்றம் சகிக்க முடியாமல் இருக்கிறது. மற்றொரு புறம் ஆங்காங்கே உள்ள புழுக்கள் கடிக்கின்றன. உடலாலும் மனதாலும் வாக்காலும் முன் ஜென்மத்தில் தான் செய்த பாபங்களை இங்கே அனுபவிக்கின்றேன் என கருவில் குழந்தை வேதனைபடும். அச்சமயம் சூதக வாயு அக்குழந்தையை வெளியே இழுக்க முன் நினைவெல்லாம் மறந்து பூமியில் தலைகீழாக அக்குழந்தை விழுகின்றது. முன் ஜென்ம நினைவு மறைந்தவுடன் தான் பட்ட வேதனையை சொல்ல வாய் இன்றி காரணம் தெரியாமல் அழுகின்றது. சிறிது உறங்கி அதிகநேரம் அழுகின்றது. வேதனை இன்னது என அறியாமல் ஒரு சமயம் பாலூட்டுவர், மருந்து அளிப்பர். பாவிகள், ஏழையின் வீட்டில் பிறந்து உணவுக்காக வருந்துவர். கல்வி கற்காமல் பொருள் ஈட்ட வழி இன்றி கையிலுள்ள

பொருளையும் அழித்து கடனாளி ஆவார். இப்படியாக பூமியில் பிறந்து பிறப்பு, இறப்பு எனும் கடலிலிருந்து கரையேற வழி தெரியாமல் துன்புறுகிறது. இறைவனை நாடி அவனது கட்டளையான தர்மத்தை செய்து யோகத்தை அனுஷ்டித்து ஞானத்தை பெறுவது உயர்வை கொடுக்கும்.

இவ்வாறாக துன்பப்படும் மனிதனை அவன் துன்பத்திலிருந்து ஓரளவு காப்பாற்ற அவன் முன் வினையை அறிந்து அவன் பாவங்களை போக்க வழியை கண்டுபிடிக்க உதவுவது தான் ஜாதகம் என்கின்ற ஜென்ம பத்ரிகா. இந்த ஜாதகத்தை தகுந்த ஜோதிடர் மூலம் ஆராய்ந்து பாவ சுமையை, கர்மாவை கழித்து வாழ்க்கையில் இன்ப நிலையை அடைய நாம் முயற்சி செய்ய வேண்டும்.

ஜோதிடரை அணுகி நம் கர்மா தீர வழி கேட்க வேண்டுமேயல்லாமல் ஜோதிடருடைய தகுதியை பரீட்சித்து பார்க்க முயல கூடாது. ஜோதிடருடைய கர்மாவை நாம் சுமக்கவில்லை. நம்முடைய கர்மாவைத்தான் ஜோதிடர் சுமக்கிறார். ஜோதிடர் கூறினார் என்பதற்காக பரிஹாரங்களை செய்யாமல் நம் கர்மா தீர வேண்டும் ஆத்மார்த்தமாக பரிஹாரங்களை செய்யவேண்டும்.

பிரச்சனைகள் தீர முதலில் பித்ருக்களுக்கு தில ஹோமம் செய்து, கணபதி ஹோமம் செய்து தனது மகளின் திருமண தடை நீங்க சுயம்வர பார்வதி ஜெபஹோமம், சர்ப்ப சாந்தி செய்தும் இன்னமும் எனது மகளின் திருமணம் தடைபட்டு போகிறது என ஒரு அன்பர் கூறினார். அந்த அன்பர் ஒரு முக்கியமான விஷயத்தை மறந்து விட்டார். ஒரு குழந்தை பிறக்கும்போது அக்குழந்தை கர்ப்பத்தில் இருக்கும் போது ஏற்பட்ட தோஷம் என்ன என்பதை அறிந்து அதை நீக்க வேண்டும். திருமணம் நிச்சயிக்கிறபோது பெண்ணினுடைய மாதவிடாய் நாட்களை கணக்கில் எடுத்து கொள்வது இல்லை. திருமண மண்டபம் கிடைக்கும் நாளை எடுத்து கொண்டு திருமண தேதியினை

நிச்சயத்து விடுவார்கள். அந்த திருமண நாளின்போது மணப்பெண்ணுக்கு மாதவிடாய் நாளாக அமைந்தால் மருத்துவரிடம் கூறி மாதவிடாய் நாள் திருமணத்திற்கு பின் வருவதற்கு ஏதுவாக மாத்திரைகளை உட்கொள்வார்கள். ஆக மாதவிடாய் தள்ளி போவதால் கர்ப்ப பையில் அசுத்தமான இரத்தம் இருக்கும் போது திருமணம் நடந்து சாந்தி முகூர்த்தம் முடிந்து, ஒரு வேளை அந்த பெண் கர்ப்பமானாள் என்றால் அந்த கர்ப்ப தோஷம் குழந்தையை பாதிக்கும். இதை நிவர்த்தி செய்யாமல் மற்ற பரிஹாரங்களை செய்தால் பயன் ஒன்றும் இல்லை. மாதவிடாய் தள்ளி போவதற்காக மாத்திரைகளை உண்ணுவதால் குழப்பத்துக்கு வாய்ப்பு உண்டு.

ஆகவே குழந்தையின் ஜாதகத்தை கணித்தவுடன் கர்ப்ப தோஷம் உள்ளதா என்று கண்டறிந்து அதை நீக்க வேண்டும்.

மனைவிக்கு மாதவிடாய் ஆன 5ம் நாள், அஷ்டமி, மாத பிறப்பு, வ்யாதிபாத யோகம், வைதிருதி யோகம் உள்ள நாட்கள், அமாவாசை, பௌர்ணமி, தனது பிறந்த கிழமை, பித்ரு தினம் ஆகிய நாளில் கணவன் மனைவி ஒன்று சேருதல் கூடாது. அப்படி சேர்ந்ததனால் மனைவி கருவுற்று குழந்தை பிறந்தால் அக்குழந்தையின் ஜாதகத்தில் தோஷம் உள்ளதை அறியலாம்.

ஒரு ஜாதகத்தில் அநேக பிரபல சுப யோகங்கள் இருந்தால் மட்டும் போதாது. அந்தந்த ஜாதகன் அல்லது ஜாதகிக்கு அந்தந்த யோகங்களை அனுபவிக்கும் பாக்கியம் வேண்டும். யோகங்கள் இருந்தும் பலனளிக்காமல் போவது அபவாத யோகமாகும். அபவாதம் என்றால் "இருந்தும் பயனற்றது" என பொருள். ஒரு ஜாதகத்தில் அநேக சுப யோகங்கள் இருந்தும் அவை அனுபவிக்கமுடியாமல் அபவாத யோகமாக மாறுவதற்கு காரணம், முன் ஜென்மத்தில் செய்த பாவங்களினால் ஏற்படும் தடைதான். அந்த பூர்வ ஜென்ம பாவங்களை கண்டுபிடித்து அதை நீக்க வழி வகுக்க ஒரு வழிகாட்டியாக ஜோதிடம் உதவுகிறது.

ஆதி சங்கரர் தனது ப்ரும்ம சூத்திர பாஷயத்தில் ஒரு ஜீவன் ஒரு உடலை விட்டு வேறு உடலுக்குள் பாயும்போது அந்த ஆத்மா தன்னுடன் சுமார் 23 வாசனைகளைக் கொண்டு போகின்றது என்று கூறுகிறார். வாசனை என்பதற்கு செய்வினை என்று கூடப் பொருள் உண்டு. எனவே தான் மறுபிறவியில் ஒரு ஆத்மாவிற்கு மனிதப் பிறவி கிடைத்துவிட்டால், இப்பிறவியின் ஜாதகத்தை எழுதும்போது அதில் கர்ப்ப சிஷ்டம் என்று ஒன்றை எழுதுகிறோம். அதாவது முன் பிறவியில் செய்த வினையின் விளைவு மற்றும் அதில் அனுபவிக்க வேண்டிய பாக்கி என்று பொருள். (ஜாதகத்தில் கர்ப்ப செல் நீக்கி இருப்பு திசை என எழுதியிருக்கும்). ஒவ்வொரு ஜீவனும் ஒவ்வொரு வாழ்க்கையிலும் செய்யும் சுப அர்ப்ப காரியங்களை மூன்று விதமாக பிரிக்கப்பட்டுள்ளது. அவை பிராரப்த கர்மா, சஞ்சேத கர்மா, ஆகாமி கர்மா எனப்படும்.

பிராரப்த கர்மா என்பது முன் ஜென்மங்களில் செய்த பாவங்களில் அனுபவித்தவை போக மீதியுள்ள பாவங்களை இந்த ஜென்மத்தில் அனுபவிப்பதற்குரிய கர்மாவை குறிக்கும். ஜாதக ரீதியாக லக்னத்திலிருந்து இதை கண்டுபிடிக்கலாம்.

முன் பிறவியின் கர்மாவை (சஞ்சேத கர்மா) லக்னத்தின் 12மிடத்திலிருந்து தெரிந்து கொள்ளலாம்.

தான் செய்வது தவறு என்று அறிந்தும் செய்யும் பாவங்களை ஆகாமி கர்மா என்றும் கூறப்படும். அந்தந்த ஜென்மாவில் செய்யும் பாவங்கள் கூட அந்த ஆத்மா செய்யும் சுப காரியங்களின் காரணமாக ஓரளவு குறையக் கூடும்.

நமது முன்னோர்கள் கடைப்பிடித்த வாழ்க்கை நெறியை நாம் கடைப்பிடித்தாலே நமக்கு அமைதியான வாழ்க்கை அமையும். வேதங்கள் சொன்ன வாழ்க்கையை நாம் பின்பற்றுவது இல்லை. தவறான கோட்பாடுகளை வகுத்து கொண்டு பிரச்சனைகளிலிருந்து வெளிவர முடியாமல் தவிக்கின்றோம்.

அநேகம் பேர் குழந்தை பிறந்து 12 வயது வரை ஜாதகம் கணிக்கக் கூடாது என இருக்கின்றனர். ஜோதிடத்தில் ஒரு பகுதி பாலரிஷ்ட தோஷம். குழந்தை பிறந்தவுடன் ஜாதகத்தை கணித்து குழந்தையின் ஜாதகப்படி தாய் தகப்பன் மற்றும் பிறந்த அந்த குழந்தைக்கே ஏதாவது உடல் நிலை பாதிப்பு, அல்லது கண்டங்கள் உண்டா அவை நிவர்த்தியாக என்ன வழிபாடு செய்ய வேண்டும் என அறியலாம். ஆனால் அறியாமையின் காரணமாக குழந்தை பிறந்து 10 வயது வரை ஜாதகம் கணிப்பது இல்லை.

ஒரு குழந்தை பிறந்த முதல் சில காலங்கள், முன்ஜென்ம நினைவுகளுடன் இருக்கும். தன் முன்ஜென்ம தோஷத்தை நீக்கும் காலம். அடுத்த நான்கு வருடம் தகப்பனின் தோஷத்தை கழிக்கும் காலம். அடுத்த நான்கு வருடம் தாயாரின் தோஷம் கழிக்கும் காலமாகும்.

குழந்தையின் கவனம் படிப்பில் சரிவர இல்லை, வீட்டில் அமைதி இல்லை, பணப்பற்றாக்குறை என கஷ்டப்படுவதை விட காலையில் 5 மணிக்கு வீட்டில் பூஜை அறையில் தீபம் ஏற்றி பிரார்த்தனை செய்வது பல விதங்களில் நமது பிரச்சனை தீர உதவுவதுடன் அமைதி கிடைக்கும்.

குல தெய்வ வழிபாட்டை பொறுத்தமட்டில் அநேகம் பேர் திருப்பதி பெருமாள், திருத்தணி, திருப்போரூர், திருச்செந்தூர் முருகன் என கூறுகின்றனர். இது தவறு. ஏதாவது ஒரு பெண் தெய்வம் மற்றும் காவல் தெய்வம் தான் குல தெய்வமாக இருக்க முடியும்.

குல தெய்வ வழிபாடு முறையாக செய்யாததால் தான் பல குடும்பங்களில் பிரச்சனைகளுக்கு தீர்வு காண முடிவதில்லை. சில குடும்ப ஜாதகங்களை நன்கு ஆராய்ந்து பார்த்தால் அந்த ஜாதகனுக்கு முந்தைய 4வது தலைமுறை அதாவது ஜாதகனின் தகப்பனாரின் தாத்தா வழிபட்ட பழமையான கோயில் பற்றி குறிப்பை கண்டுபிடிக்கலாம். இக்குடும்பத்தில்

முன்னோர்களால் செய்யப்பட்ட அந்த கோவிலின் சில நித்ய கைங்கர்யங்கள் விடுபட்டதால் இக்குடும்பத்தில் தற்போது குழப்பம், மற்றும் காரிய தடை இருப்பதை அறியலாம். இதற்கு காரணம் அக்குடும்ப உறுப்பினர்கள் பிழைப்புக்காக வெளி இடங்களுக்கு செல்லும்போது பழமையை மறந்து போனதுதான்.

பரிஹாரங்களை செய்தவுடன் பலன் தரவேண்டும் என எதிர்பார்ப்பது தவறு. உதாரணமாக ஒருவருக்கு சாதாரண காய்ச்சல் என்றால் சுமார் மூன்று நாளில் குணமாகலாம். அதுவே டைபாய்ட்-ஆக இருந்தால் ஒரு மாதமாவது ஆகும். அடுத்து நாம் வங்கியில் சுமார் 1 லட்சம் ரூபாயை கடன் வாங்கி இருந்து மாதம் ரூ.500/- திருப்பி செலுத்தினால் கடன் தொகை முடிய எவ்வளவு வருடங்கள் ஆகும். அதேபோல் நம் பூர்வஜென்ம கர்மா முடியும்வரை காத்து இருக்கவேண்டும். அந்த கர்மாவை எளிதாக அனுபவிக்க மன உறுதியை பலபடுத்தவேண்டும்.

மனிதர்கள் தற்காலத்தில் பத்திரிகைகளில் வரும் இராசிபலனை பார்த்து ஏமாந்து விடுகிறார்கள். உதாரணமாக மேஷ இராசிக்காரர்கள் அனைவருக்கும் ஒரே மாதிரியான பலன் நடப்பது இல்லை. அதில் கூறப்படுவது பொதுபலன். ஒரு வங்கியில் மூன்று பேர் கணக்கை துவக்குகிறார்கள். முதலாமவர் ரூ. 10,000/-க்கான காசோலையை கொடுத்து பணம் எடுக்கிறார். இரண்டாமவர் ரூ. 8,000/-க்கான பணம் இருக்கிறது என வங்கி அதிகாரி கூறுகிறார். மூன்றாவது நபருக்கு ரூ. 5,000/-க்கான பணம்தான் உள்ளது. முதலாமவர் மட்டும் ரூ.10,000/- பணம் பெற்றாரே என மற்ற இருவரும் வாதிட்டால் அது தவறு. அவரவர் கணக்கில் எவ்வளவு சேமிப்பு உள்ளதோ அவ்வளவுதான் வங்கியிலிருந்து எடுக்கமுடியும். அதேபோல் ஜாதகத்தில் பூர்வபுண்ணிய பலன் எவ்வளவு உள்ளதோ அதைதான் அனுபவிக்க முடியும். மூன்று பேரும் ஒரே வங்கியில்தானே கணக்கு வைத்து இருக்கிறோம் என்று கூறுவது தவறு. ஒரே வங்கி என்பது ஒரே ராசி என்பதுபோல்.

ஆகவே ஒரே ராசியில் பிறந்தாலும் அவரவர் கர்மவினை என்பதை பொறுத்தே பலனும் அமையும்.

பரிஹாரத்தை எப்படி செய்தால் பலன் அளிக்கும்? இராகு தோஷத்துக்காக துர்க்கையை பூஜிக்கும் ஒரு பெண் தன் திருமண தடை நீங்கி திருமணம் ஆகவில்லை என வருத்தப்படுகிறாள். ஏன் அப்பெண் செய்யும் பூஜைக்குப் பலன் இல்லை? அதற்கு காரணம் பரிஹாரத்தை முறைப்படி செய்யாததுதான்.

தெற்கு பார்த்து ஒரு கோயிலின் இராஜகோபுரம் இருந்தால் அது ஒரு பரிஹாரஸ்தலம். உதாரணமாக திருச்செந்தூர் அருள்மிகு சுப்ரமணிய சுவாமி திருக்கோயில் தெற்கு பார்த்த ராஜகோபுரம் உள்ள கோயில். அங்கு கிழக்கு, மேற்கு வாசல் கிடையாது. சித்தர்கள் சேர்ந்து கட்டிய கோயிலுக்கு தெற்கு பார்த்த ராஜகோபுரம். மேலும் சூரனை சம்ஹாரம் செய்ததும் கோயிலின் தெற்கு திசையிலேயே.

எனது அனுபவத்தில் தெற்கு பார்த்த ராஜகோபுரம் உள்ள கோயிலில் செய்யப்படும் பரிஹாரங்கள் நல்ல பயனைத் தருகிறது.

தமிழ்நாட்டில் பல கோயில்களின் ராஜகோபுரம் தெற்கு பார்த்து இருப்பதாக நிர்மாணிக்கப்பட்டுள்ளது. ஸ்ரீரங்கம் பெருமாள் கோயில், சென்னை வடபழனி முருகன் கோயில், சென்னை மயிலாப்பூரில் உள்ள வெள்ளீஸ்வரர் கோயில் மற்றும் சென்னை ரெட்ஹில்ஸ் அருகே உள்ள பஞ்செட்டி எனும் திருத்தலம் என உதாரணங்களைக் கூறலாம்.

அடுத்து நமது பிரச்சனைக்குரிய சரியான பரிஹாரம் செய்யும்போது நாம் கவனிக்க வேண்டிய விஷயங்கள்.

1. சரியான கோயில் 2. இறைவன்/இறைவி 3. நாள் 4. நட்சத்திரம் 5. திதி 6. யோகம் 7. நிவேதனம் 8. மலர் ஆகியவை.

ஒரு மனிதன் பரிஹாரத்துக்காகவோ அல்லது சாதாரனமாகவோ இறைவனை பிரார்த்தித்து முழு பலனையும் அடைய வேண்டும் என்றால் அவன் செய்யவேண்டிய முதல் காரியம் தன்னுடைய மூதாதையர்களை சாந்தி அடையச் செய்யவேண்டும். பித்ரு தோஷம் இல்லாமல் பித்ருக்கள் சாந்தி அடைந்து அவர்கள் ஆசியை பெறவேண்டும். இதற்கு வருடம் தோறும் செய்யும் திதியை தவிர இராமேஸ்வரம்/காசி/ பாபநாசம் போன்ற சேத்திரங்களில் தன் குடும்பத்தில் இறந்த பித்ருக்களுக்கு "திலஹோமம்" செய்யவேண்டும். அதிலும் அவர் குடும்பத்தில் துர்மரணம் சம்பவித்து இருந்தால் கண்டிப்பாக "திலஹோமம்" செய்யவேண்டும். இப்படி இறந்த ஆத்மாக்களை சாந்திபடுத்திவிட்டு பிரச்சனைகளுக்கான பரிஹாரம் செய்தால் நல்ல பலன் கிடைக்கும்.

மாதம் தோறும் வரும் அமாவாசையில் பித்ருக்களை சாந்தபடுத்த முடியும். அரிசி, எள், தண்ணீர் இம்மூன்றையும் கொண்டு பிண்டம் வைத்து தர்ப்பணம் செய்கிறோம். எனது ஆன்மிக குரு திரு. மிஸ்டிக் செல்வம் அறிவுறுத்திய எளியவழி. அமாவாசையன்று இட்லி 5 (அரிசி), கருப்பு எள் கலந்த மிளகாய் பொடி (எள்), (மிளகாய்பொடியுடன் நல்லெண்ணெயும் சேர்த்துக் கொள்ளவும்) மற்றும் தண்ணீர் ஒரு பாட்டில் இம்மூன்றையும் குறைந்தது ஐந்து நபருக்கு தொடர்ந்து 12 அமாவாசையன்று ஏழைகளுக்கு தானம் அளித்தால் பித்ருக்களின் ஆசியை பெறலாம்.

மேலும் எந்த ஒரு பரிஹாரத்தை செய்தாலும் முடிவில் அன்னதானம் அவசியம். வீட்டில் கணபதி, நவக்கிரஹ மற்றும் ஏதாவது ஒரு ஹோமம் செய்தால் அன்று குறைந்தது 3 ஏழைகளுக்கு அன்னதானம் அளிப்பது சிறந்த பலனை கொடுக்கும்.

திருமண தடை நீங்க, செவ்வாய் தோஷம் ஆகியவற்றிற்கு 27 தீபம் (எலுமிச்சையில் ஏற்றாமல்) அகல் விளக்கில் துர்க்கைக்கு தீபம் ஏற்றுவது சிறப்பு.

அதுமட்டுமின்றி எலுமிச்சையில் தீபம் ஏற்றுவது தவறும்கூட ஆகும்.

எந்த மந்திரம் அல்லது ஸ்லோகம் கூறி வழிபடவேண்டும் என்பதும் முக்கியம். சூழ்ச்சியால் துருவனும் அவன் தாயும் காட்டுக்கு அனுப்பப்படுகிறார்கள். அவன்தாய் அவனை தேற்றி ஸ்ரீவிஷ்ணுவை வேண்டி தவம் இருக்கும்படி கூறுகிறாள். துருவனும் விஷ்ணுவை நினைத்து "ஓம் நமோ நாராயணாய" என ஓதியபடி தவம் இருக்கிறான். நாரதர் பார்க்கிறார். தன்னை போலவே ஒரு சிறுவன் தவம் செய்வதை அறிந்து அவனிடம் தவம் செய்வதின் காரணம் கேட்கிறார். பின் துருவனிடம் உன் தவம் வெற்றி பெறவேண்டுமானால் நீ கூறவேண்டிய மந்திரம் இதுவல்ல, ஓம் நமோ பகவதே வாசுதேவாய நம என ஓதவேண்டும் என அறிவுறுத்துகிறார். ஏனெனில் துருவனுக்கு தேவை செல்வம், தான் இழந்த இராஜ்யம். "ஓம் நமோ நாராயணாய" என்பது துறவிகளுக்கான மந்திரம். துருவன் "ஓம் நமோ பகவதே வாசுதேவாய நம" எனும் மந்திரத்தை கூற ஆரம்பித்ததும் மஹாலெக்ஷ்மி திரும்பி பார்க்கிறாள். ஏனெனில் பகவதே என்பது மஹாலக்ஷ்மியைக் குறிக்கும். அச்சிறுவனின் தவத்தை ஸ்ரீமஹாவிஷ்ணுவிடம் கூறுகிறாள். மஹாலெக்ஷ்மியே (தன் மனைவியே) கூறிவிட்டாளே என மஹாவிஷ்ணுவும் துருவனுக்கு வேண்டிய வரத்தை அருள்கிறார். ஆகவே துறவிகளுக்கு என ஒரு மந்திரம், இல்லறத்தில் இருப்பவர்களுக்கு என ஒரு மந்திரம் உண்டு. அதேபோல நமது பிரச்சனை தீர உரிய சரியான மந்திரங்களை தேர்ந்தெடுத்து பிரார்த்தனை செய்தால் நன்மை தரும்.

பரிஹாரம் செய்ய ஏற்ற நாட்களை தேர்வு செய்வது அவசியம். தன்னுடைய ஜென்ம நட்சத்திரத்தின் 6வது நட்சத்திரம் அல்லது பிறந்த திதியின் 6வது திதியில் துவங்கப்படும் பரிஹாரம் சிறந்த பலனை கொடுக்கும்.

22 • ஆன்மீக பரிகாரங்கள்

பரிஹாரம் செய்ய ஏற்ற நாட்களை தேர்வு செய்வது அவசியம். தன்னுடைய ஜென்ம நட்சத்திரத்தின் 6வது நட்சத்திரம் அல்லது பிறந்த திதியின் 6வது திதியில் துவங்கப்படும் பரிஹாரம் சிறந்த பலனை கொடுக்கும்.

2.

பொதுவான பரிஹாரங்கள் - 1

ஜாதகத்தில் உள்ள கிரகநிலைகளை ஆராய்ந்து தற்கால கிரகநிலைகள் மற்றும் நடப்பு தசா புத்திக்கு ஏற்ப கோவிலுக்கு சென்று இறைவனை வேண்டி அர்ச்சனை அபிஷேகம் செய்தாலும் வாழ்க்கையில் முன்னேற்றமின்றி காரிய தடையாக உள்ளதே, கஷ்டங்களை தீர்க்கும் சக்தி இறைவனுக்கு கிடையாதா? என பலர் புலம்புவார்கள். தெய்வத்தின் மேல் எந்த தவறும் இல்லை. தெருவோரம் இருக்கின்ற விநாயகரை ஒரு முறை மனதால் வேண்டினால் கூட போதும் வேண்டியதை அள்ளித் தருவார். ஒரு மனிதனை பிடித்த கெட்ட நேரம் விலகினால் விடிவு கிடைத்து விடும். 7½ சனி, அஷ்டம சனி காலங்களில் கூட ஒருவர் நன்றாக இருப்பார். ஆனால் அவருக்கே சுக்கிர திசை வரும்போது படாத பாடு படுவார். ஆகமவிதி மற்றும் வாஸ்து பார்த்து பெரிய வேதாசாரியார்களால் பிரதிஷ்டை செய்யப்பட்ட எத்தனையோ ஆலயங்கள் இன்று ஒரு வேளை பூஜை கூட இல்லாமல் இருண்டு கிடப்பதை காணலாம். தெய்வத்திற்கே இந்த நிலை என்றால் சாதாரண மனிதனுக்கு எம்மாத்திரம்.

இறைவனை வணங்குவதோடு நம்மை சுற்றி நாமே ஏற்படுத்திக் கொண்ட வேலியை உடைக்க வேண்டும். யானைகளை சிறு வயதில் கயிற்றில் கட்டிப்போட்டு பழக்குவார்கள். அக்கயிறை அறுத்துக்கொண்டு வெளியே வர யானை முயற்சி செய்யும். ஆனால் முடியாது. பின் அதுவே கயிறை அறுத்து வர முடியாது என பழகி மனதில் பதிந்து விடும்.

பின் நாளடைவில் வளர்ந்து பெரிதானாலும் கயிறை அறுக்கும் மனபக்குவம் யானைக்கு வராது.

நம்மைச் சுற்றி "முடியாது" என ஒரு வேலியை அமைத்து கொண்டு இருக்கிறோம். அது உண்மையானது அல்ல. நம் மனதில் மட்டுமே பதிவான ஒன்று. நமது எதிர்மறை எண்ணங்கள் நாம் நல்லதை எண்ணும் வகையை வரையறுக்க கூடாது. நம்மை சுற்றியுள்ள வேலியை "நம்மால் முடியாது" என நம் மனதுக்குள் இருக்கும் எண்ணத்தை மாற்ற வேண்டும். சில விஷயங்கள் நம்முடனே பிறந்தது என தோன்றும். ஆனால் அதையும் மீறி நம் ஆழ் மனதுக்குள் உறுதியான பலம் உள்ளது. அந்த பலத்தை வெளி கொணர்ந்து நம்மைச் சுற்றியுள்ள வேலியை உடைக்க வேண்டும். இறை வழிப்பாட்டில் நமது எண்ணங்களை ஒன்றுபடுத்தி உறுதியுடன் நம் பக்தியின் மூலமாக இறைவனை சரணடைந்தால் நம்முடைய நியாயமான கோரிக்கை நிறைவேறும்.

ஜாதகம் என்பது நமக்கு ஒரு வழிகாட்டி. அதன் வழிகாட்டுதலை அடிப்படையாக கொண்டு இறை உணர்வோடு நாம் செய்கின்ற முயற்சிகள் நிச்சயம் வெற்றி தரும். ஜாதக பலன்களையும், ராசி பலன்களையும் மட்டுமே நம்பிக் கொண்டு இல்லாமல் விடா முயற்சியும், உண்மையான உழைப்பையும் கொண்டு வாழ்வில் வெற்றி பெற வேண்டும்.

தனதுமுதல்புத்தகத்திலேயேஇந்தியாவின்"பெஸ்ட்செல்லர்" (Best Seller) எழுத்தாளராக உயர்ந்தவர் பேபி ஹால்தார்(Baby Haldar). பிரபல இந்தி எழுத்தாளர் பிரேம்சந்தின் பேராசிரியர் பிரபோத் குமாரின் வீட்டில் வேலை பார்க்கும் பெண். விடியலை நோக்கி என தமிழில் மொழி பெயர்க்கப்பட்டுள்ளது இவருடைய புத்தகம். இவருடைய ஏழு வயதில் இவர் தாயார் காணாமல் போய்விட்டார். இவருக்கு 12 வயதில் திருமணம். பின் அடுத்தடுத்து 3 குழந்தைகள். கொடுமைப்படுத்திய கணவனிடமிருந்து தப்பித்து வயிற்றை கழுவ வீட்டுவேலை

செய்தார். இவர் ஒரு புத்தகப் பிரியர். புத்தகங்களின் மேல் இவருக்கு இருந்த வெறியை கண்டு எழுத்தாளர் பிரபோத்ஜி இவருக்கு புத்தகங்களை படிக்க கொடுத்தார். நீயும் எழுதலாம் உன்னாலும் முடியும். உன் வாழ்க்கையையே எழுது என ஊக்குவித்தார். வேலை முடிந்ததும் தினமும் இரண்டு பக்கம் என ஒரு வருடத்தில் இவர் எழுதிய புத்தகம் தான் "ஏ லைப் லெஸ் ஆர்டினரி" (A Life Less Ordinary) என்ற புத்தகம். வீட்டு வேலை செய்து வயிற்றை கழுவி கொண்டிருந்த இவரின் நிலைமை இன்று அடியோடு மாறி விட்டது. ஜாதகம், விதி என்று அதை மட்டுமே நம்பியிருக்கவில்லை. அதனால் ஜாதகம், ஜாதக பலன் பொய் என கூறவில்லை. உடல்நிலை சரியில்லாதபோது மருத்துவரிடம் போகிறோம். தினசரி மருத்துவரிடம் போய்க் கொண்டு இருக்க முடியாது. எழுத்தாளர் பேபி ஹால்தாரின் வாழ்க்கை திசைமாறியது. அதிர்ஷ்டம் இல்லை. விடாமுயற்சியும் உண்மையான உழைப்பும் தான்.

இறைவனிடம் பக்தி செலுத்தும் முன்பு நம்மை சுற்றியுள்ள மனிதர்களிடம் நாம் மனித நேயத்துடன் அன்பு காட்டா விட்டாலும் மற்ற உள்ளங்களை நோகடிக்காமல் இருப்பது முக்கியம். உயிர் பலி கொடுத்து துடிக்க துடிக்க இறந்தவுடன் இறைச்சியை உண்டு விட்டு இறைவனிடம் சென்று "இறைவா என்மீது இரக்கம் காட்டு" என்பது எவ்விதம் பொருந்தும்.

மேலதிகாரிகளாக நிறுவனங்களில் பணிபுரிவோர் தம் கீழ் வேலை செய்பவரிடம் வேலை வாங்க வேண்டியது கடமை. அதில் தவறு இல்லை. ஆனால் மனம் நோக செய்வது தவறு.

ஒரு நிறுவனத்தில் வேலை பார்க்கும் உயர் அதிகாரிக்கு தன் வாழ்வில் நடந்த ஒரு சம்பவத்தால் பெண்கள் என்றாலே ஒரு வெறுப்பு. திருமணமாகி அவருக்கு இரு பெண் குழந்தைகள். 32 வயது ஆகியும் பெண் குழந்தைகள் இருவருக்கும் திருமணம் ஆகவில்லை. பிரசன்னம் பார்த்ததில் இவர் தன் கீழ் பணிபுரியும் பெண்களை மிகவும் மனம் நோகும்படி

செய்து, அந்த உள்ளங்களின் மன வேதனைதான் இவருடைய வேதனைகளுக்கு காரணம் என எடுத்துரைக்கப்பட்டது. எவ்வளவு தான் கோவில் கோவிலாக ஏறினாலும் இவர் தம் மகள்களுக்கு திருமணம் ஆகவில்லை என மன உளைச்சல் இவரை பெரிதளவு பாதித்தது. மனித நேயம் என்பது ஒவ்வொருவருக்கும் அவசியம் இருக்க வேண்டிய ஒன்று என்பது தெளிவாகிறது.

குரு அல்லது 9ம் அதிபதி ஜாதகத்தில் நல்ல நிலையில் இருந்தால்தான் பரிஹாரம் செய்வதற்குண்டான வழிகள் உடனடியாக கிடைக்கும். ஆனால் தீவிரமான பக்தியுடன் இறைவனை சரணடைந்தால் கோட்சாரத்தில் குரு அல்லது 9ம் அதிபதி நல்ல நிலைக்கு வரும்போது பரிஹாரம் செய்ய வழி கிடைக்கும்.

ஒவ்வொருவரும் தம் ஜென்ம நட்சத்திரத்தன்று பழமையான தினசரி நித்ய பூஜைகள் நடைபெறும் சிவாலயத்தில் சகஸ்ரநாம அர்ச்சனை செய்வது நலம். இதில் குல தெய்வ வழிபாடு மிகவும் அவசியம். திருப்பதி பெருமாளோ, திருத்தணி அல்லது திருச்செந்தூர் முருகனோ குல தெய்வம் என சிலர் வழிபடுகின்றனர். அது தவறு. குல தெய்வம் என்பது ஒருவரின் மூதாதையர் வாழ்ந்த கிராமத்தில் உள்ள அம்மனாகத்தான் இருக்கும் கூடவே அங்குள்ள காவல் தெய்வமாக இருக்கும்.

ஒருவர் பிறந்த நட்சத்திர தேவதை, அதிதேவதையை வணங்கினால் மிகவும் நன்மை பயக்கும். உதாரணம் பரணி நட்சத்திரம் எனில் தேவதை எமன். இவர்கள் கால பைரவரை வணங்க வேண்டும். பஞ்சாங்கத்தில் நட்சத்திர தேவதை, அதிதேவதை என குறிப்பிடப்பட்டு இருக்கும்.

இவைகளை எல்லாம் நமக்கு தெளிவுபடுத்தி நம்மை வழி நடத்தும் தக்க குருவை நாம் மதித்து நடப்பது முக்கியம். கேரள மக்கள் வெளியூர் அல்லது வெளிநாட்டில் எவ்வளவு பெரிய பதவியில் இருந்தாலும் எவ்வளவு பெரிய செல்வந்தர்களாக

இருந்தாலும் குறிப்பிட்ட நாளில் கேரளாவின் தம்முடைய மண்ணில் கோயில் விழாக்களில் சாதாரண மக்களை போல் கலந்து கொண்டு குல தெய்வத்தை வணங்கி, குருவை மதித்து அவர்களுக்கு மரியாதை செய்வார்கள். சுவாதி, விசாகம் மற்றும் கடகம், விருச்சிகத்தில் சூரியன் சஞ்சரிக்கும் காலங்களில் ஒவ்வொருவரும் தம்முடைய வழிகாட்டியான குருவை சந்தித்து வணங்கி, பொருட்களை தந்து அவரின் வாழ்த்துக்களைப் பெற வேண்டும்.

திருநஜன் அவர்களின் எழுத்தாக்கத்தில் பிரதிபா பிரசுரத்தால் வெளியிடப்பட்ட பல பயனுள்ள புத்தகங்கள் வெளி வந்துள்ளன. அவற்றின் ஒன்று நந்தி கதம்பம் என்ற நூல். அதில் பக்கம் 6 முதல் 8 வரை சாம்பசதாசிவ ஸ்தோத்திரம் உள்ளது. தினசரி காலையில் தீபம் ஏற்றி இந்த ஸ்தோத்திரத்தைபடித்தால் வாழ்வில் மன அமைதி பெற்று காரிய தடை நீங்கும். ஆனால் எந்த மந்திரம் படித்தாலும் பூஜைகள் செய்தாலும் நம் மனம் அலைபாயாமல் நல்ல சிந்தனைகளோடு இருக்க வேண்டியது அவசியம். நம்மைச் சுற்றி இருக்கின்ற அதிர்வு அலைகளினால் நம் எண்ணங்கள், செயல்கள் நம்மையறியாமலேயே மாறாமல் இருக்கும்படி பார்த்து கொள்ள வேண்டும்.

தொடர்ந்து வெள்ளிக்கிழமை தோறும் மாலை 6 மணிக்குமேல் பசுவுக்கு 6 வாழைப் பழம் கொடுத்து வர பணப்பற்றாக்குறை வராது. மேலும் வெள்ளிக்கிழமை இரவு 8 மணிக்கு மேல் 9 மணிக்குள் சுக்கிர ஹோரையில் வெள்ளை மொச்சையை அவித்து, தேங்காய் பூ, கற்கண்டு கலந்து திருவிளக்கேற்றி மஹாலெட்சுமி அஷ்டோத்திரம் கூற பண கஷ்டம் தீரும். மேற்படி நைவேத்யம் வீட்டில் உள்ளவர்கள் மட்டுமே உண்ண வேண்டும்.

வாழ்க்கையில் வெற்றி பெற வேண்டும் என்ற நோக்கத்தில் ஒவ்வொரு மனிதனும் ஒவ்வொரு பாதையில் பயணிக்கிறான். சிலர் தியானம் செய்து அதன் மூலம் பிரச்சனைகள் தீரும்

என்ற நம்பிக்கையில் ஒருவரை தலைவனாக ஏற்று அவரையே தெய்வமாய் போற்றி அவர் வழி நடக்கிறார்கள். என்னதான் ஆன்மீக வழிகாட்டியாக அவரை நாம் போற்றினாலும் நம் கர்மா தீறுவதற்கு வழி காட்டமுடியுமே தவிர நம் கர்மாவை அவர்கள் ஏற்றுக் கொள்ளமுடியாது. வாயினால் உணவை உண்டு குதத்தினால் மலம் கழிக்கும் எவருமே அவதார புருஷர்கள் அல்ல.

உதாரண ஜாதகம் : 501

<table>
<tr><td></td><td></td><td>6
குரு</td><td></td></tr>
<tr><td>3
குரு</td><td colspan="2" rowspan="2"></td><td>8
குரு</td></tr>
<tr><td></td><td></td></tr>
<tr><td>ல</td><td>12
குரு</td><td></td><td></td></tr>
</table>

எந்த லக்னமாக இருந்தாலும் குரு என்கிற கிரஹம் தனித்து ஒரு ஜாதகத்தில் 3, 6, 8, 12ல் இருந்தால் அந்த குடும்பத்தில் கோவில் சொத்தை அபகரித்த தோஷம் உள்ளது என அறிய வேண்டும். அதாவது மூதாதையர்கள் கோவில் சொத்தை அபகரித்து இருக்கலாம் அல்லது கோவில் நிலங்களை குத்தகைக்கு எடுத்து அதற்குரிய பணத்தை செலுத்தாமல் ஏமாற்றி இருக்கலாம். இந்த தோஷம் அக்குடும்பத்தில் உள்ளவர்கள் வாரிசுகளை பாதிக்கும்.

இதற்கு பரிஹாரமாக சிவ வழிபாடு சிவனுக்கு அபிஷேகம், சாது சன்னியாசிகளுக்கு அன்னதானம், சமாதி வழிபாடு, மற்றும் குரு பூஜைக்கு வேண்டிய நிதி உதவி அளித்து குரு பூஜையில் கலந்து கொள்ளுதல் ஆகும்.

தீபம் ஏற்றி வழிபடும் போது தீபசுடர் காற்றில் கலந்து நம் எண்ணங்களை அதாவது கோரிக்கைகளை நிறைவேற்றுகிறது. ஒருவருக்கொருவர் மன கசப்புடன், காழ்ப்புணர்வுடன் இருப்பவர்கள், மேலதிகாரிகளுடன் சுமூகமாக இருக்க வேண்டும் என எண்ணுபவன் கணவன் மனைவிக்குள் நல் உறவு இல்லாது இருப்பவர்கள் தீப வழிபாட்டில் சிறந்த பலன் பெறலாம். புன்னை எண்ணெய் சுமூக உறவை ஏற்படுத்தும் குணம் நல்லெண்ணெய், தேங்காய் எண்ணெய், இலுப்பை எண்ணெய், புன்னை எண்ணெய், நெய் கலந்து ஸ்ரீவீரபத்திரருக்கு தீபம் ஏற்றி வழிபட உறவிலும், வேலையிலும் குடும்பத்திலும், நண்பர்களிடத்து பகைமை நீங்கி நல் உறவு ஏற்படும். தொடர்ந்து 8 வாரம் அவரவருக்குரிய நாள் எதுவென முடிவெடுத்து ஏற்றவும்.

வெள்ளெருக்கு விநாயகரை நூலில் கட்டி வீட்டில் பல இடங்களில் தொங்க விட்டால் காற்றில் அசையும் போது பல பக்கமும் சுழன்று நல்ல கதிர் வீச்சு (Positive Energy) வீடு முழுவதும் வியாபித்து பரவும். மன அமைதி கிடைக்கும்.

நியாயமான கோரிக்கைகள் ஏதுவாயின் அது நிறைவேற இறைவனிடத்து அர்ச்சனை செய்யும்போது விரைவாக பலன் கிடைக்க ஒரு தாமிர தட்டில் ஜாதக நகலை பதித்து பெயர் நட்சத்திரம் கோத்ரம் ஆகியவையும் எழுதி அந்த தட்டில் பழம் வெற்றிலை பாக்கு, தேங்காய் மற்றும் புஷ்பம் வைத்து, புஷ்பத்தை சிவாச்சாரியாரிடம் கொடுத்து உங்கள் கோரிக்கை நிறைவேற சங்கல்பம் செய்து அர்ச்சனை செய்ய உங்கள் கோரிக்கை நிறைவேறும்.

அலுவலக பணியிலிருந்து பணி நீக்கம் செய்யப்பட்ட அன்பர் ஒருவர் பிரச்சனை தீர என்னை அணுகினார். முன் விபரங்களை கேட்டறிந்தேன். நியாய கோரிக்கை என தோன்றியது. அவரிடம் தினமும் எத்தனை முறை கூற முடியுமோ அத்தனை முறை "சிவயவசி" என கூறி சிவனை வணங்குகள்.

ஒரு லெட்சம் செபித்து முடிக்கும் போது உங்களுக்கு மீண்டும் வேலை கிடைக்கும் என அறிவுறுத்தினேன். அம்மந்திரத்தை அவர் கூற உடலில் ஆங்காங்கே சிறிய கொப்பளங்கள் தோன்றி உடைந்து அதிலிருந்து நீர் வந்தது. அவர் உடலில் இருந்த எதிர்மறை (Negative energy) சக்திகள் வெளிவந்து உடல் தேஜஸாக மாறியது. வழக்குகளில் வெற்றி பெற்று இன்று பணியில் இருக்கிறார். சிவயவசி மந்திரம் மிகவும் சக்தி வாய்ந்த மந்திரம்.

ரேவதி நட்சத்திரத்தில் பிறந்தவர்கள் சென்னை மைலாப்பூர் கபாலீஸ்வரர் கோயிலில் உள்ள ஸ்ரீவாயிலார் நாயனார் சந்நிதியில் விளக்கேற்றி அர்ச்சனை செய்ய நல்ல பலன் கிடைக்கும்.

3.
பொதுவான பரிஹாரங்கள் - 2

நிலம் இருந்தும் சொந்த வீடு கட்ட முடியாதவர்கள், பாதியில் நின்று போன வீட்டு கட்டிட வேலையை முடிக்க வேண்டியவர்கள், புதிய வீடு குடிபோக நல்ல வீடு கிடைக்காதவர்கள், வெட்ட வெளியில் மேற்கூரையின்றி இருக்கும் விநாயகருக்கு மேற்கூறை அமைத்து அபிஷேக அர்ச்சனை, புதிய வஸ்திரம் சாற்றி வழிபட மேற்கூறிய பிரச்சனை மனம் விரும்பியபடி தீரும்.

குடும்பத்தில் யாராவது ஒரு நபர் ஏதாவது மனஸ்தாபத்தினால் காணாமல் போய்விட்டால் ஈரோடு அருகே அவினாசி என்ற ஊரில் உள்ள ஸ்ரீஅவிநாசியப்பர் என்ற சிவன் கோயிலில் காணாமல் போனவரின் நட்சத்திரம் பெயர் கூறி அபிஷேக அர்ச்சனை செய்து காணாமல் போனவரின் தாய், தந்தை, மனைவி அல்லது கணவர் யாராவது ஒருவர் அக்கோயிலில் பிரதட்சணம் செய்து 27 ஏழைகளுக்கு தயிர்சாதம் அன்னதானம் செய்ய, காணாமற் போனவரைப் பற்றி நல்ல செய்தி வரும்.

புதிய தொழில் துவங்க இருப்பவர்கள் தென்காசி அருகே குற்றாலத்தில் உள்ள சிவன் கோயிலில் உள்ள தாரணிபீடம் என்ற சித்தர் பீடத்தில் அர்ச்சனை செய்து நெய்தீபம் ஏற்றி துவங்கினால் புதிய முயற்சிகள் வெற்றிகரமாக இருக்கும்.

காரியதடை இருந்தால் புதிய முயற்சி தடைபட்டால் விநாயகருக்கு வேஷ்டி, துண்டு, அருகம்புல் மாலை அணிவித்து

விநாயகருக்கு பின்புறம் சென்று நல்லெண்ணெய் தீபம் ஏற்றி 27 முறை வலம் வந்து அர்ச்சனை செய்ய காரியம் வெற்றியாகும்.

வீட்டில் அல்லது அலுவலகத்தில் எதிர்மறையான (Negative) இருண்ட சூழல் உள்ளது அல்லது எதிரிகளின் பொறாமை கண் திருஷ்டி உள்ளது மற்றும் சில நேரங்களில் துர் ஆவிகள் நடமாட்டம் இருப்பதாக சந்தேகம் இருப்பின் இதிலிருந்து விடுபட மாந்திரீகர்களை தேடி போக வேண்டாம். வெள்ளெருக்கு விநாயகர் 6 அல்லது 8 வாங்கி ஒரு வெள்ளிக்கிழமை இராகு காலத்தில் வெள்ளெருக்கு விநாயருக்கு மஞ்சள்பூசவும். அதற்கு அடுத்த வெள்ளிக்கிழமை இராகு காலத்தில் சந்தனம் பூசி வீட்டில் ஒவ்வொரு அறையிலும் மாட்டவும். இதற்கு எந்தவித அர்ச்சனையும் தேவையில்லை. தினமும் ஒரு ஸ்பூன் வெண்பூசணி லேகியம் இரவில் சாப்பிட்டு ஒரு டம்ளர் பால் அருந்தவும். ஏவல், பில்லி, சூன்யம் வசிய மருந்து உங்களை ஒன்றும் செய்யாது. சாம்பிராணியுடன், குங்கிலியம் கலந்து மாலை 6 மணிக்குமேல் சாம்பிராணி புகை வீட்டில் இடுவது மிகவும் சிறப்பு.

சிவபெருமானின் லிங்கவடிவில் வலதுபுறம் ஆவுடை உள்ள லிங்கத்திற்கு தேன் கலந்த பசும்பால் அபிஷேகம் செய்தால் குடும்ப ஒற்றுமை ஓங்கும், அமைதி நிலவும்.

நல்ல வசதியான வாடகை வீடு கிடைக்க, புதிய வீடு வாங்க, கடன் நிவர்த்தி பெற, கோர்ட்டு வழக்குகள் சுமுகமான முறையில் நல்ல தீர்வுபெற நின்று, கிடந்து, நடந்து, அமர்ந்த நிலையில் இருக்கும் பெருமாளை திருநீர்மலை, உத்திரமேரூர் ஆலயத்தில் மற்றும் அமர்ந்த நிலையில் ஸ்ரீகிருஷ்ண பெருமான் இருக்கின்ற காஞ்சிபுரம் பாண்டவ தூத கிருஷ்ணன் கோயிலில் அர்ச்சனை செய்து வணங்க நல்ல தீர்வு கிடைக்கும்.

கோயில்களுக்கு தரிசனம் செய்யப் போகும்போது முதலில் கோயிலின் அமைப்பை நன்கு கூர்ந்து கவனிக்கவேண்டும். இராஜ கோபுரம் எந்த திசையை நோக்கி உள்ளது. இறைவன்

இறைவி எந்த திசை நோக்கி உள்ளார்கள். அந்த கோயிலின் சிறப்பு தன்மை ஸ்தல விருட்சம் ஆகியவற்றை கவனிக்கவும்.

இறைவனுக்கு (சிவனுக்கு) இடது பக்கம் தெற்கு நோக்கி பொதுவாக அம்பிகை இருப்பது வழக்கம். சில கோயில்களில் சிவனுக்கு வலது பக்கம் அம்பாள் இருப்பதை காணலாம். இங்கு அம்பிகைக்கு 21 நெய் தீபம் ஏற்றி வணங்கினால் பெண்களின் இல்லற வாழ்வில் நிம்மதி கிடைக்கும், பெண் குழந்தைகளின் திருமணத் தடை நீங்கி திருமணம் நடக்கும்.

அதுவே அமர்ந்த கோலத்தில் அம்பிகை இருந்தால் கணவனால், கணவனுடைய குடும்பத்தினரால் கொடுமை சிறையில் வாடும் பெண்களுக்கு தக்க நிவாரணம் கிடைக்கும்.

சில கோயில்களில் உள்ள ஸ்தல விருட்சங்கள் மிகவும் சக்தி வாய்ந்தவையாக இருக்கும். அதைப்பற்றி அங்குள்ள சிவாச்சாரியார்களிடம் கேட்டு தெரிந்து அவற்றை வணங்க வேண்டும். இப்படி கோயிலின் சிறப்பை அறிந்து முறைப்படி வணங்கி முழுமையான பலனை பெறவேண்டும்.

உதாரணமாக இராமேஸ்வரத்துக்கு புனித கடல் நீராட செல்பவர்கள் அருள்மிகு இராமநாத கோயில் தரிசனம் செய்வார்கள். ஆனால் கோயிலில் ஈசான்ய மூலையில் அதாவது வடகிழக்கு பகுதியில் உள்ள நடராஜரை தரிசிக்க தவறி விடுவார்கள். இங்கு விசேஷம் என்னவென்றால் நடராஜர் பீடத்தின் கீழ் ஸ்ரீபதஞ்சலி மஹா முனிவரின் ஜீவசமாதி உள்ளது. மிகவும் சக்தி வாய்ந்தது. இங்கு நெய் தீபம் ஏற்றி வழிபடுவதால் பல அரிய பலன்களை பெறலாம். இக்கோயிலில் அம்பிகை இறைவனின் வலப்புறம் இருப்பது கவனிக்கத்தக்கது.

ஆண்களைவிட பெண்களுக்குத்தான் துன்பம் என்பது அதிக அளவில் உள்ளது. கணவனால், பிள்ளைகளால், புகுந்த வீட்டின் பிரச்சனைகளால் மன அழுத்தம் (Depression)

அதிகமாகி வேதனைபடுகிறார்கள். மன அழுத்தத்திலிருந்து விடுபட தினசரி ஒரு எள் உருண்டை விநாயகருக்கு வீட்டிலேயே படைத்து விநாயகர் கவசம் படித்து, பின் அந்த எள் உருண்டையை சாப்பிட்டு வந்தால் மன அழுத்தம் குறையும்.

கணவனால் அல்லது நாத்தானார், மாமியார் குழந்தைகளால் பிரச்சனை வந்து துன்பப்படும்போது திங்கட்கிழமைகளில் சிவன் கோயிலில் பைரவருக்கு 27 ஏலக்காய் மாலை அணிவித்து நல்லெண்ணெய் தீபம் ஏற்றி வழிபடவும். 8 திங்கள்கிழமை இவ்வாறு செய்வது நல்ல பலனை தரும்.

ஏவல் பில்லி சூன்யம் இவற்றால் பாதிப்பு உள்ளது என நினைத்தால் வெண்பூசணி லேகியம் தினமும் இரவில் ஒரு நெல்லிக்காய் அளவு சாப்பிட்டு பின் டம்ளர் பால் அருந்தவும் அல்லது கடைகளில் ஒரு வெண்பூசணி பர்பி (Burfi) கிடைக்கும். அதை சாப்பிடலாம்.

வீட்டில் மாலை 6 மணிக்கு மேல் சாம்பிராணி புகை போடுவது கண்திருஷ்டி துர் ஆவிகள் ஆகியவற்றை வெளியேற்றும்.

பிரச்சனைகளுக்கு உரிய சரியான பரிஹாரம் தெரியவில்லை என மன வேதனைப்படும்போது, பசுவுக்கு 6 வாழைப்பழம் முடிந்தால் சர்க்கரை பொங்கலுடன் 6 அல்லது 8 நாள் கொடுக்கவும். பசுவை தேடி கண்டுபிடிக்க முடியவில்லை எனில் யானைக்கு கொடுக்கவும். இரண்டுமே முடியவில்லை எனில் ஏதாவது ஏழைக்கு கொடுக்கவும். உடனடியாக உங்கள் பிரச்சனைக்கு உரிய பரிஹாரம் கிடைக்கும்.

குழந்தைக்கு முதன்முதலாக அன்னத்தை ஊட்டும்போது அன்னத்திற்கு முன் சிறிதளவு வாழைப்பழத்தை குருவாயூர் கோயிலில் வைத்து ஊட்டுவார்கள். பசு வாழை வகைகளை தன்னுடைய உணவாக ஏற்கும்போது அன்று முழுவதும் பசுவினுடைய இரத்தத்தில் வாழையின் கதலி ஜீவ அணு

விருத்தி சக்தி கிரஹிக்கப்பட்டு பால் மூலமாக ஜீவன்களுக்கு தருகின்றது. இவ்வளவு சிறப்பு வாய்ந்த வாழைப்பழத்தை பசுவுக்கு கொடுப்பது சிறப்பு.

பணம், நகை இவற்றை இரும்பு பெட்டியில் (Godrej) வைத்து பூட்டும்போது அவற்றை தனியாக மரத்தினால் ஆன பெட்டியில் வைத்துபின் இரும்பு பெட்டியில் வைக்கவும். இரும்பு, ஸ்டீல் ஆகியவை சனிபகவான் உலோகம். ஆகவே சுக்கிரன் சம்பந்தப்பட்ட செல்வத்தை மர பெட்டியில் வைத்து பராமரிப்பது நல்லது.

ஒவ்வொரு மனிதனும் தன்னுடைய பிறந்த நட்சத்திர அதிதேவதைக்குரிய மந்திர பூஜை வழிபாடுகளை தவறாமல் செய்வது அவசியம். மாசி மாதம் அல்லது மாஹாளய அமாவாசை போன்ற தினங்களில் புனித நீராடல் மற்றும் இயன்றவரை அன்னதானம் ஆகியவை செய்யவேண்டும்.

மயில்தோகை விசிறியினால் நம் உடம்பில் அதன் காற்று படும்படி வீசிக்கொண்டே சத்ரு சம்ஹார மந்திரத்தை உச்சரித்தால் மற்றவர்களால் நமக்கு ஏற்பட்ட கண் திருஷ்டி நீங்கும்.

சனிக்கிழமையன்று நவதானியம் சேர்த்து அரைத்த மாவினால் அடைதோசை செய்து நல்லெண்ணெய் விட்டு சாப்பிட நவகிரஹ தோஷம் நீங்கும்.

ஒரு சில பிரச்சனைகளுக்கு தங்களுடைய பூஜை அறையிலேயே கீழ்கண்ட சுலோகங்களை நெய்தீபம் ஏற்றி படிக்கவும்.

பிரச்சனை	பரிஹார ஸ்லோகம்
காரிய தடை	பவமான சுக்தம்
அலுவல பிரச்சனை, கிரிமினல் வழக்குகள்	வடுக பைரவர் மந்திரம் சுதர்ஸன மந்திரம், சுப்ரமண்ய மந்திரம்

பிரச்சனை	பரிஹார ஸ்லோகம்
வெளிநாடு பிரயாணம் வெற்றிபெற	வருண சுக்தம்
மகிழ்ச்சியான மணவாழ்வு, வியாபாரத்தில் வெற்றி	புருஷ சுக்தம்
மனதில் தேவையற்ற பிரச்சனைகளை பற்றிய துக்கம்	துர்கா சுக்தம்
விரோதிகளை வெல்லுவதற்கு	பகாளமுகி மந்திரம்
கணவன் மனைவி பிரிவினை, திருமண தடை	ஸ்ரீசுக்தம்

மேலே குறிப்பிட்ட ஸ்லோகங்கள் படிக்க முடியாதவர்கள ஒலிநாடாவில் (Tape or CD or Internet) அவற்றை பூஜை அறையில் அமர்ந்து கேட்கலாம்.

ஸ்ரீகருடாழ்வார் ஸ்ரீமன் நாராயணனை நாம் மட்டுமே சுமந்து செல்கிறோம் என்ற கர்வபங்கத்திற்கு பிராயசித்தம் பெற்ற நேரமும் ஸ்ரீநந்தீஸ்வரர் வைகுண்டத்திற்கு புஷ்பங்களை சுமந்து வந்த நேரம் விஷ்ணுபதி புண்ய காலம் எனப்படும். வருடத்திற்கு நான்கு முறை என வரும் இந்நன்னாளில் எங்கெல்லாம் சிவாலயத்தில் பெருமாள் அருள்பாலிக்கிறாரோ அவ்வாலயத்தில் உள்ள பெருமாளுக்கு காலை 10.30க்குள் அபிஷேக ஆராதனை அர்ச்சனை செய்ய கீழ்க்கண்ட நற்பலன் கிட்டும்.

பலன்

1. கணவன்/மனைவியிடையே அகங்காரம், செல்வம் வேற்றுமை காரணமாக விவாகரத்து வரை சென்று பிரிவு. இதை களைந்து தம்பதியரை ஒன்று சேர்க்கும்.
2. சீதனம்/வரதட்சனை கேட்டு துன்புறுத்தியவர்களுக்கு நிவாரணம்.
3. கொடிய நோய்க்கு நிவாரணம் கிட்டும்.

4. அலுவலக பிரச்சனைகள்/வியாபாரத்தில் ஏற்படும் பிரச்சனைகள்/குடும்ப பிரச்சனைகள் தீரும்.
5. நியாயமாக கிடைக்க வேண்டிய பதவிகளை பெற.
6. வாஸ்து கோளாறுகளை நீக்க.
7. சம்பந்திகளுக்கு இடையே உள்ள பிணக்குகள் நீங்கி ஒற்றுமை பெற.
8. கணவன்/மனைவி தகராறு நீங்க.

இல்வாழ்க்கையில் பிரச்சனை, அலுவலக சக ஊழியர் பிரச்சனை அதனால் மன குழப்பம் முடிவு எடுக்க முடியாத நிலை இருப்பின் 11 நாள் தினமும் பள்ளியறை பூஜை தரிசனம் மற்றும் காலை கோயில் நடை திறந்தும் விஸ்வரூப தரிசனம் செய்ய நல்ல பலன் கிடைக்கும். முடிந்தால் சோமாஸ்கந்தருக்கு அர்ச்சனை செய்யவும்.

தசமிதிதி அன்று செய்யப்படும் பரிஹார பூஜைகள் ஹோமங்கள் பன்மடங்கு பலனை உடனே கொடுக்கும். பிதுர்களுக்கு செய்யும் திலஹோமம் ஏகாதசி திதியில் செய்ய நற்பலன் கிட்டும்.

செவ்வாய், சனிக்கிழமைகளில் பவளமல்லி பூவால் மாலை தொடுத்து ஸ்ரீஜயப்பனுக்கு சாற்றி அர்ச்சனை செய்து வழிபட வெளியூர் பிரயாணங்களில் துன்பம் இன்றி வெற்றி கிடைக்கும், நிரந்தரபணி கிடைக்கும், பணிபுரியும் இடத்தில் பிரச்சனைகள் தீரும்.

நோய்வாய்ப்பட்டு படுக்கையில் இருப்பவர் உடல்நலம் பெற சிவதுர்க்கைக்கு வெல்லம் அதிகமாக சேர்த்து சர்க்கரை பொங்கல் செய்து துர்க்கைக்கு செவ்வரளி மாலை சாற்றி செவ்வரளி பூவினால் குங்குமத்தை தொட்டு நோயுற்றவரின் பெயர்நட்சத்திரம்கூறிஅர்ச்சனைசெய்து,சர்க்கரை பொங்கலை வாழை இலையில் வைத்து கோயிலில் விநியோகிக்கவும். விரைவில் நோயாளி குணமடைவர். நோயாளியின் தலையை அப்பிரதட்சணமாக (Anti-clockwise) அன்னமும் எள்ளும்

கலந்து மூன்று முறை சுற்றி பின் நவதானியத்தையும் தலையை சுற்றி முச்சந்தியில் வைத்து விடவும்.

வீட்டில் விநாயகர் படம் முன்பு இலுப்பை எண்ணெய் தீபம் ஏற்றி விநாயகர் கவசம் படித்தால் வேலை இல்லாதவர்களுக்கு வேலை கிடைக்கும். நோய் தீரும் கடன் படிப்படியாக குறையும்.

வேலைக்காக இண்டர்வியூ அல்லது ஒரு உதவி கேட்டு ஒருவரை பார்க்க செல்கிறீர்கள் என்றால் அவ்வேலை நிமித்தமாக போகும்போது பெருமாள் கோயிலில் நெய்தீபம் ஏற்றி அக்கோயிலில் துளசியை பெற்று இடதுகையில் வைத்து வலதுகை பெருவிரலால் அதை நன்கு கசக்கி அதை நெற்றியில் திலகமாக வைத்து செல்ல வெற்றி நிச்சயம்.

> பரிஹாரங்களை சரியான திதி,
> நட்சத்திரம், யோகம் இவற்றில்
> செய்தால்தான் பலன் கிடைக்கும்.

4.
பித்ரு தோஷம்

ஆதியில் மனிதன் சூரியனை மட்டுமே வணங்கினான். பின் தனக்கு உயிர் பயத்தை கொடுக்கும் புலி, சிங்கம், நாகம் ஆகியவற்றை வணங்கினான். நாகரிகம் வளர்ந்த பின் மண் சிலை, உலோக சிலை வைத்து வணங்கினான். அரூபமான தேவதைகளுக்கு ஹோமம் வளர்த்து ஹோமத்தில் தனக்கு பிரியமானவற்றை ஆகுதியாக இட்டான்.

எல்லா குடும்பங்களிலும் குலதெய்வம் வைத்து கும்பிடுகிறார்கள். சைவ அல்லது அசைவ உணவை வைத்து படைக்கிறார்கள். பிரச்சனை என வரும்போது ஏதாவது ஒரு ஜோதிடரை அணுகி பரிஹாரங்களை கேட்டு அதன்படி அந்த கோவிலுக்கு சென்று வணங்குகிறார்கள். ஆனாலும் பலருக்கு பிரச்சனை தீருவதில்லை.

வழிபாடுகளில் முதன்மையானது முன்னோர் வழிபாடு. முன்னோர்களுக்குரிய பிதுர் காரியங்களை முறைப்படி நிறைவேற்றினால் தான் குலதெய்வமே நம் குறைகளை காது கொடுத்து கேட்கும். மக்கள் பொதுவாக வருடம் ஒரு முறை முன்னோர்களுக்கு திதி கொடுத்தால் போதுமானது என எண்ணுகின்றனர். இப்போது உள்ள சூழ்நிலையில் அவசர உலகில் இயந்திர கதியில் காலையில் ஏதாவது ஒரு பிராமணரை வரவழைத்து அவசர அவசரமாக தர்ப்பணம் செய்துவிட்டு அலுவலகம் செல்கின்றனர். மற்றும் சிலர் மாளயபட்சத் தர்ப்பணம் செய்து கடமையை முடிக்கின்றனர்.

உதாரணமாக ஒரு குடும்பத்தில் ஐந்து ஆண் வாரிசு இருந்தால், மூத்தவர் மட்டுமே தர்ப்பணம் போன்ற முன்னோருக்கான காரியங்களை செய்யவேண்டும் என வகுத்துக் கொண்டு இருக்கின்றனர். இது எப்படி சரியான முறையாகும்.

இந்த ஐந்து ஆண் வாரிசும் தனித் தனியாக அவர்கள் தாயின் கர்பத்தில் 10 மாதம் இருந்து உள்ளார்கள். இந்த குடும்பத்தில் சுமார் 10 லட்சம் மதிப்பு உடைய சொத்து இருந்தால் ஆண்களில் பெரியவர் அதாவது மூத்தவருக்கு மட்டுமே சொத்துக்கள் போக வேண்டும் மற்றவர்களுக்கு கிடையாது என கூறிவிடுவார்களா? அந்த சொத்தில் 1/ 5 பங்கை உரியபடி வாங்கிக் கொள்வார்கள். அதேபோல தான் குடும்பத்தில் உள்ள கர்மாவையும் அனைவரும் ஏற்று உரிய வழிபாடுகளை செய்ய வேண்டும்.

மேற்கூறிய குடும்பத்தில் பிறந்த 3வது ஆண்வாரிசு என்னிடம் பிரச்சனைகள் தீர பரிஹாரத்திற்காக வந்தபோது அவரின் மூத்த மகனின் ஜாதகத்தில் உள்ள கிரஹ நிலைகள் அவருடைய குடும்பத்தில் உள்ள பித்ரு தோஷத்தை குறிப்பிட்டு இருக்கின்றன. அவரிடம் முதலில் அவருடைய தாய் தந்தையர் மூதாதையர்களுக்கு ஆத்ம சாந்திபூஜை அதாவது தில ஹோமம் செய்து விட்டு வாருங்கள் என கூறியதற்கு எனது மூத்த அண்ணன்தான் செய்ய வேண்டும். அவர் தில ஹோமம் செய்து விட்டார் என கூறினார். தன்னுடைய வயிற்றில் 10 மாதம் உங்களை சுமந்த தாய்க்கும் உன்னை வளர்த்த தந்தைக்கும் செய்ய வேண்டிய கடமை உண்டு என விளக்கி கூறி அவரை தில ஹோமம் செய்யுமாறு கூறினேன்.

இறந்த பின் உடலை விட்டு ஜீவன் பித்ரு லோகம் செல்ல பல கர்மாக்களை செய்ய வேண்டும். எந்த ஒரு மனிதனும் தூங்கும் போது இறப்பது இல்லை. ஜீவன் பிரிவது இல்லை. அவரவரின்

மரண கால துக்கத்தை அனுபவிப்பதற்காக கடைசி நேரத்தில் விழித்துக் கொண்டவராக உயிரை விடுகிறார்கள்.

ஜீவன் உடலை விட்டு பின் பசி, தாகத்தால் துன்பப்படாமலிருக்க திலஹோமம், மற்றும் தானங்களையும் செய்தால் அந்த ஜீவன் பசியும், தாகமும் நீங்கி சந்தோஷமடைந்து நம்மை வாழ்த்தும்.

த்ருதியை அல்லது ஏகாதசியில் இறப்பவருக்கு மறுபிறவியற்ற மோட்சம் கிடைக்கும். அவிட்டம், சதயம், பூரம், உத்திரட்டாதி நட்சத்திர நாளில் அதற்கான மரணமடைந்தால் ஒருவர் பிராயச்சித்தங்கள் முறைப்படி செய்ய வேண்டும்.

சிலர் வருடா வருடம் ஒருவர் இறந்த நாளில் அன்னதானம் செய்து விட்டேன் என்பார்கள். திதி, சிரார்த்தம் செய்யாமல் கொடுக்கப்படும் எந்த அன்னதானமும் சிறப்புடையதாகாது.

தர்ப்பணம் என்பது நம் முன்னோர்களுக்கு நம் நன்றியை காணிக்கையாக கொடுத்தலாகும். நாம் வாழும் இந்த மனித உடல் நம் முன்னோர்களின் அணுதான். ஒரு தாயின் அணுவும், ஒரு தந்தையின் அணுவும் சேர்ந்த கலவைதான் நாம். பெற்றோர்களின் அணு அவர்களின் பெற்றோர்களின் (அதாவது பாட்டனார்) அணுவிலிருந்து வந்ததாகும். அதாவது குறைந்தது ஏழு தலைமுறை பின்னோக்கி பார்க்க வேண்டும். நம் முன்னோர்கள் இறந்து விட்டாலும் அவர்களின் வாழ்க்கை முறை உடற்கூறு நம்மிடையே தொடர்ந்து இருக்கும்.

நம்முடைய பின்னோக்கில் ஏழு தலைமுறையினர் நமது உடல் உபாதை, திருமணத் தடை, இல்வாழ்வில் சிக்கல், மற்றும் உள்ள துன்பங்களை நீக்க வலு பெற்றவர்கள். அவர்களுக்குரிய முறையான பித்ரு பூஜைகளை நாம் செய்வதின் மூலம் எளிதில் நாம் வாழ்க்கையில் வெற்றி அடையலாம். அகத்தியர், வசிஷ்டர் போன்ற மாமுனிவர்கள் கூட தங்கள் முன்னோர்களை

தர்ப்பணம் என்ற பித்ரு பூஜை முறையில் வணங்கி பலன் பெற்று உள்ளனர்.

பித்ரு பூஜைகளை சரியான முறையில் செய்யாமலிருந்தால் வெவ்வேறு துன்பங்கள் தொடர்ந்து வரும். அப்படியும் அதை புரிந்து கொண்டு செய்யவில்லை என்றால் பிறக்கின்ற குழந்தையின் ஜாதகத்தில் யோகம் "வ்யாதிபாதம்" என்று வரும் அதாவது 27 நட்சத்திரங்களைப் போன்று 27 யோகங்களும் உண்டு. பஞ்சாங்கத்தை பார்த்தால் அன்றைய (அமிர்த, சித்த, மரண யோகம் அல்லாமல்) யோகம் என்னவென்று தெரியும். அப்படி வ்யாதிபாத யோகத்தில் ஒரு குழந்தை ஜனித்து விட்டால் அக்குழந்தை உடல் உபாதை மற்றும் பொருளாதார ரீதியாக துன்பப்படும்.

பஞ்சாங்கத்தில் விஷ்கம்பம் முதல் உள்ள 27 யோகங்களில் பதினேழாம் யோகம் "வ்யாதிபாத" யோகமாகும்.

தாமிரபரணி மஹாத்மியம் 28ம் அத்யாயத்தில் வ்யாதிபாத யோகம் பற்றி சிறப்பாக தெளிவாக கூறப்பட்டுள்ளது.

கங்கை, யமுனை, சரஸ்வதி போன்ற புண்ணிய நதி தேவதைகள், ஜனங்கள் தங்களில் ஸ்நானம் செய்து அவர்களின் பாபங்களையெல்லாம் போக்கி முக்தி அடைகிறார்கள். அப்படி அவர்களால் எங்களில் விழும் பாவங்களை போக்க நாங்கள் என்ன செய்வது? என விஷ்ணுவை கேட்டனர். அவரும் மார்கழி மாதத்தில் வரும் வ்யாதிபாத புண்ய காலத்தில் சேரன்மஹாதேவியில் தாமிரபரணி நதியில் நீராட உங்கள் பாவங்கள் தீரும் என கூறுகிறார்.

மார்கழி மாதம் வரும் இந்நாள் மஹா வ்யாதிபாதம் எனப்படும். இந்நாளில் சேரன் மஹாதேவியில் தாமிரபரணியில் நீராடி பித்ரு தர்ப்பணம் முறையாக செய்து ஏழைகளுக்கு அன்னதானம் செய்ய வேண்டும். நதிக் கரையில் வீற்றிருக்கும்

ஸ்ரீ பக்தவச்சல பெருமாளையும், ஸ்ரீநவநீத கிருஷ்ணனையும் வணங்கி அர்ச்சனை செய்ய வேண்டும்.

பின் சேரன்மகாதேவி உருக்குளிருக்கும் சிவன் கோவிலுக்கு சென்று அங்கு வீற்றிருக்கும் அம்மை அப்பரையும் அம்பாளையும் வணங்கி அர்ச்சனை செய்து தீபம் ஏற்றி வழிபடவும்.

"வ்யாதிபாத யோகம்" ஒரு கடுமையான தடை என்றாலும் இந்த யோகத்தில் பிறந்தவர்கள் பித்ரு தர்ப்பணங்களை முறையாக செய்தால் வளமான வாழ்வை பெறுவார்கள். இதே பித்ரு பூஜையை வைதிருதி யோகத்தில் பிறந்தவர்களும் செய்யவேண்டும். பொதுவாக "வைதிருதி" யோகத்தில் பிறந்த குழந்தை நல்ல கல்விமானாகவும், புத்திசாலியாகவும் விளங்குவார்கள். பெற்றோர்களுக்கும் இவர்களுக்கும் கருத்து வேறுபாடு அதிகம் இருக்கும். ஆனால் மற்றவர்கள் இவரை பாராட்டுவார்கள். வசதியுள்ளவர்கள் சாந்தி இரத்னாகரம் என்ற நூலில் உள்ள வ்யாதிபாத! வைதிருதி யோக நிவர்த்திக்கு உண்டான ஜெப ஹோமங்களை செய்யலாம்.

தாமிரபரணி நதியில் சேரன்மா தேவியில் வ்யாதிபாத தோஷம் நீங்க பித்ரு பூஜை செய்வதற்கு பதிலாக வேறு எந்த இடத்தில் இப்பூஜையை செய்தாலும் முழுமையான பலன் கிடைக்காது.

ஒவ்வொருவரும் தம் வாழ்நாளில் ஒரு முறையேனும் வ்யாதிபாத மாளயம் நாளிலும், மஹாவ்யாதிபாத நாளிலும் சேரன் மஹாதேவியில் தாமிரபரணியில் ஸ்நானம் செய்து பித்ரு பூஜை செய்யவேண்டும்.

மார்கழி மாதம் வரும் திருவாதிரை நட்சத்திரத்தில் ஸ்ரீ நடராஜ பெருமானை தரிசித்து வேண்டினால் மறுபிறவி இல்லாது மோட்சம் கிடைக்கும்.

ஒரே குடும்பத்தில் 5 பேர் சகோதரர்களாக பிறந்து இருந்தால் மூத்தவர் மட்டும் இன்றி அனைவரும் தனி தனியாக முன்னோர்களுக்கு தில ஹோமம் செய்ய வேண்டும். தில ஹோமம் என்பது மறைந்த முன்னோர்களுக்கு மட்டுமின்றி குரு, குருபத்தினி, நண்பர்கள், அலுவலகத்தில் உடன் பணிபுரிந்தவர்கள் ஆகியோருக்காகவும் செய்யலாம்.

பொதுவாக பித்ரு தோஷம் நீங்க தில ஹோமம் செய்யும்போது பஞ்சமி, நவமி, ஏகாதசி, சதுர்த்தசி, வ்யாதிபாத நாள் அல்லது சனிக்கிழமைகளில் செய்வது நன்மை தரும். குடும்பத்தில் உள்ள அனைவரது ஜாதகங்களையும் ஆராய்ந்தால் பித்ரு தோஷம் உள்ளதா என அறியலாம். அதுவும் அப்படி உள்ள பித்ரு தோஷம் கன்னியாக இறந்தவரா, கர்ப்ப ஸ்திரி பிரசவ வீட்டில் 30 முதல் 45 வயதுக்குள் இறந்தவரா, சுமங்கலியா, பிரம்மச்சாரியா அல்லது துர்மரணமா என கண்டுபிடித்து அதற்குரிய முறையில் பித்ரு சாந்தி செய்ய வேண்டும். துர்மரணம் அடைந்தவர்கள் மட்டுமல்ல, தவறான மருந்தினால் இறந்தவர்கள், குழந்தையை ஈன்றெடுத்த பின் பிரசவத்தில் உயிர் துறந்தவர்கள், தண்ணீரில் மூழ்கி இறந்தவர்கள் எனவும் எடுத்து கொள்ள வேண்டும்.

ஒரு சில நெடுஞ்சாலைகளில் அடிக்கடி விபத்து நடக்கும். கூர்ந்து கவனித்தால் அங்கு கோரமான விபத்து நடந்து பலர் துர்மரணம் ஆகி இருப்பார்கள். அந்த ஆவிகள் தரும் இடர்பாடுதான் தொடர்ந்து அதே இடத்தில் விபத்து நடப்பதின் காரணம் ஆகும். இதை தவிர்க்க சில இடங்களில் விநாயகரை அல்லது காவல் தெய்வத்தை அல்லது அம்மனை பிரதிஷ்டை செய்து இருப்பார்கள்.

பொதுவாகவே ஆவிகள் யானையின் சுவாசத்துக்கு விலகிவிடும். இந்து ஆவிகள் யானைக்கும், கிருத்துவ ஆவிகள் நாய்க்கும் பயப்படும். எல்லா மதங்களிலும் பித்ரு தோஷ நிவர்த்தி வழிபாடு உண்டு.

இஸ்லாமியர்கள் ஒருவர் இறந்த 3, 14, 21, 40ம் நாள் பாத்தியா ஓதுவார்கள். வருட திதியை பாத்தியா செய்த பிறையை வைத்து கணக்கிட்டு செய்வார்கள். அவர்கள் ஹிம் என்ற மந்திரம் மூலம் ஆவியை கரையேற்றுவார்கள்.

கிறிஸ்துவர்கள் வருடா வருடம் நவம்பர் மாதத்தில் கல்லறை திருநாள் என இறந்தவர்களின் கல்லறைக்கு சென்று வழிபாடு நடத்துவார்கள்.

வியாழக்கிழமை மாலை வேளையில் பால், இளநீர், டைமண்ட் கற்கண்டு, மிளகு கலந்த வெண் பொங்கல் வைத்து பிதுர்களை நினைத்து வழிபடுவது நன்மை தரும்.

தில ஹோமம் செய்யும் போது அந்த பூஜா விதிகள் நன்கு தெரிந்த வேத விற்பனர்களை வைத்து செய்ய வேண்டும். இறந்த பிதுர்களை ஆகர்ஷணம் செய்து வெள்ளி பிரதமையில் (வெள்ளியினால் செய்யப்பட்ட ஆண்/பெண் உருவம்) பந்தனம் செய்து, எள்ளினால் தர்ப்பணம் செய்து உரிய முறை ஜெப ஹோமம் செய்து பின் அந்த வெள்ளி பிரதமைகளில் ஆவாகனம் செய்யப்பட்ட பித்ருக்களை நீரில் விசர்ஜனம் செய்யவேண்டும்.

திருவனந்தபுரம் திருவல்லம் பரசுராமர் ஆலயத்தில் தினசரி பித்ரு பூஜை மிக குறைந்த செலவில் நடத்தப்பட்டு வருகிறது. நல்ல வசதி படைத்தவர்கள் இராமேஸ்வரம், பாபநாசம், தாமிரபரணி ஆகிய இடங்களில் பொருள் செலவு செய்து தில ஹோமம் செய்வது நன்மை பயக்கும். பணம் கை நிறைய வைத்து செலவு செய்யாமல் சிறிய அளவில் செய்வது நற்பலனை அளிக்காது. நாம் நம் முன்னோர்களுக்கும் பெற்றவர்களுக்கும் தில ஹோமம் செய்ய தவறினால் நமக்கு நம் ஆன்மா சாந்தியடைய நம் பிள்ளைகள் செய்வார்களா என்பது கேள்விக்குறியே?

தில ஹோமம் முறையாக செய்த பின் வீட்டில் கணபதி ஹோமம், நவகிரஹ ஹோமம் செய்ய வேண்டும். தில ஹோமம் ஆத்ம சுத்தி, கணபதி, நவகிரஹ ஹோமம் ஸ்தல சுத்தியாகும். எந்த ஹோமம் செய்தாலும் முடிவில் ஏழைகளுக்கு அன்னதானம் செய்தால் தான் ஹோமங்களின் முழு பலனை பெற முடியும்.

பித்ருகளுக்கு தர்ப்பணம் செய்யும்போது கை விரல்களில் பெரு விரலுக்கும் ஆள்காட்டி விரலுக்கும் இடையே எள் வைத்து நீர் ஊற்றும்போது கைகளில் ஒரு ருத்ராட்சம் (எத்தனை முகம் ருத்ராட்சமானாலும்) வைத்து செய்தால், விரைவில் தர்ப்பண பூஜை பித்ருகளை சென்று அடையும்.

தில ஹோமம் செய்த பின் பிரசன்னம் வைத்து பார்த்து பித்ருக்கள் நன் முறையில் திருப்தியடைந்து உள்ளார்களா என்பதை அறியலாம்.

ஜாதகத்தை ஆராயும் போது ராகு அல்லது கேது, சூரியன் அல்லது சந்திரனோடு சேர்ந்து இருந்தால், அதிலும் குறிப்பாக லக்னம், 5ஆம் இடம், 9ஆம் இடத்தில் இருந்தால் நிச்சயமாக பித்ருக்கள் மோட்சமடையாமல் இருக்கிறார்கள் என்பதை அறியவும். பித்ரு ஸ்தானத்தில் சூரியன் இருப்பின் பித்ரு வழி கர்மாவை குறிக்கும். கேதுவுடன் மாந்தி இணைந்து இருப்பின் அவர்கள் குடும்பத்தில் ஒரு இறந்தவரின் உடலை எரிக்காமல் புதைத்து இருப்பார்கள். அந்த சமாதி உள்ள இடத்தை அறிந்து அங்கு சென்று வழிபாடு நடத்தினால் அக்குடும்பத்தினருக்கு பிரச்சனைகள் தீர வழி கிடைக்கும். சனியை மாந்தி பார்த்தால் கர்ப்ப ஸ்திரி அக்குடும்பத்தில் மரணம் என்பதை குறிக்கிறது.

ஒரு சில வீடுகளை வாங்கி அதில் குடியேறும் போதோ, அல்லது வாடகை வீட்டில் குடியேறும் போதோ, அல்லது ஒரு காலிமனை வாங்கி அதில் வீடு கட்டி குடியேறும் போதோ அந்த இடத்தில் ஏற்கனவே துர்மரணம் நிகழ்ந்து அதனால் அவ்வீட்டில் துர் ஆவியின் நடமாட்டம் இருந்து வீட்டில்

உள்ளவர்களுக்கு துன்பம் விளைவிக்கலாம். இப்படிப்பட்ட பிரச்சனைகளை பிரசன்னம் மூலமாக கண்டுபிடிக்கலாம். இதிலிருந்து விடுபட மருதாணி விதைகள் 5 விதைகளை ஒரு சிறிய துணியில் கட்டவும். இப்படி 11 துணிகளில் (5 விதைகள் ஒரு துணியில்) கட்டி ஒவ்வொன்றையும் ஒரு சிறிய அகல் விளக்கில் வேப்பெண்ணைய் விட்டு 11 அகல்விளக்கில் மாலை 6 மணிக்கு மேல் வீட்டு வாசலில் ஏற்றவும். இப்படி 11 நாள் தொடர்ந்து செய்ய வீட்டில் உள்ள கோளாறு அகலும்.

உள்ளவர்களுக்கு துன்பம் விளைவிக்கலாம். இப்படிப்பட்ட பிரச்சனைகளை பிரசன்னம் மூலமாக கண்டுபிடிக்கலாம். இதிலிருந்து விடுபட மருதாணி விதைகள் 5 விதைகளை ஒரு சிறிய துணியில் கட்டவும். இப்படி 11 துணிகளில் (5 விதைகள் ஒரு துணியில்) கட்டி ஒவ்வொன்றையும் ஒரு சிறிய அகல் விளக்கில் வேப்பெண்ணைய் விட்டு 11 அகல்விளக்கில் மாலை 6 மணிக்கு மேல் வீட்டு வாசலில் ஏற்றவும். இப்படி 11 நாள் தொடர்ந்து செய்ய வீட்டில் உள்ள கோளாறு அகலும்.

5.
நட்சத்திர சாந்தி

27 நட்சத்திரங்களுக்கும் தனித்தனியே ஒவ்வொரு விதமான குணாதிசயம் உண்டு. ஒவ்வொரு குழந்தை பிறந்தவுடனும் அந்த குழந்தையின் ஜெனித்த நட்சத்திரத்திற்கு உரிய அதிதேவதை என்னவென்று முதலில் குறிக்க வேண்டும். பின்பு அந்த நட்சத்திரத்திற்குரிய சாந்தியை உரிய முறைப்படி செய்ய வேண்டும். கிரந்தத்தில் சாந்தி இரத்னாகரம் எனும் நூல் உள்ளது. இந்நூலில் ஒவ்வொரு நட்சத்திரத்திற்கும் செய்ய வேண்டிய சாந்தி பரிஹாரங்கள் குறிப்பிடப்பட்டுள்ளது.

நட்சத்திரத்திற்குரிய தேவதை, அதி தேவதை, உரிய விருட்சம், ஜெபஹோம விதிமுறைகள் கூறப்பட்டுள்ளன. உதாரணமாக கேட்டை நட்சத்திரத்தில் குழந்தை ஜெனித்தால் அது குழந்தையின் தகப்பனை பாதிக்கும். உடனடியாக நட்சத்திர சாந்தி செய்ய முடியாதவர்கள் இந்திராஷி கவசம் படிக்கலாம்.

அதே போல விசாகம் நட்சத்திரத்தில் பிறந்தவர்கள் நட்சத்திர சாந்தி செய்யும் வரை தினமும் அதிகாலை சுப்ரமணிய புஜங்கம் படிக்கலாம். அக்குழந்தையின் கல்வி மற்றும் முன்னேற்றத்திற்காக அக்குழந்தையின் தாயாரும் அதிகாலையில் தீபம் ஏற்றி சுப்ரமணிய புஜங்கம் படிக்க நல்ல முன்னேற்றம் படிப்படியாக கிடைக்கும்.

சித்திரை நட்சத்தித்தில் பிறந்தவர்கள் அடிக்கடி புண்ணிய நதிகளில் நீராடுவதுடன் சிவபூஜை செய்வது சிறப்பு. மகம், புனர்பூசம் நட்சத்திரத்தில் பிறந்தவர்கள்

சாதுக்கள், சந்நியாசிகளை தரிசிப்பது நன்மை தரும். ஆயில்யம் நட்சத்திரத்தில் பிறந்தவர்கள் நாகர்கோவில் சென்று வணங்குவதும், சங்கரன் கோவில், சமயபுரம் சென்று வணங்குவதும் சர்ப்ப சாந்தி செய்வதும் நற்பயனை அளிக்கும்.

பூசம் நட்சத்திரத்தில் பிறந்தவர்கள் ஜென்ம நட்சத்திரத்தன்று அரச மர வழிபாடு நன்மை பயக்கும். பூசம் மிக சிறந்த நட்சத்திரம். திருமணம் தவிர மற்ற அனைத்து சுப காரியங்களுக்கும் ஏற்ற நட்சத்திரம். பிரமஹத்தி தோஷத்தை போக்கும் இடம் சுவாமி மலை. இங்கு தை மாதம் பூசம் நட்சத்திரத்தில் முருகனுக்கு அபிஷேக ஆராதனை செய்தால் பிரம்மஹத்தி தோஷம் நீங்கி சகல சம்பத்தும் உண்டாகும். சித்திரை, வைகாசி மாதங்களில் வரும் பூசம் நட்சத்திரத்தில் சுவாமி மலையில் அங்கப் பிரதட்சணம் செய்தால் புத்ர பாக்யம் கிட்டும்.

எந்த மாதத்திலும் பூசம் நட்சத்திரத்தில் இறைவனுக்கு அபிஷேகம் செய்தால் நியாயமான கோரிக்கை நிறைவேறும். சிம்ம இராசியில் சூரியன் பிரவேசிக்கும் ஆவணி மாதத்தில் வரும் பௌர்ணமி அல்லது பூசம் நட்சத்திரத்தன்று அம்பாளுக்கு 108 செம்பருத்தி பூவை மாலையாக கோர்த்து அணிவித்து அர்ச்சனை செய்ய சர்வ மங்களமும் உண்டாகும்.

தை, மாசி மாதத்தில் பிறந்தவர்களுக்கு பொதுவாக தலை சுற்றல் ஒற்றைத் தலைவலி நோய் இருக்க வாய்ப்பு உண்டு. இவர்கள் பூசம் நட்சத்திரத்தில் அல்லது தாங்கள் பிறந்த ஜென்ம நட்சத்திரத்தில் திருவிடைமருதூர் ஸ்ரீமஹாலிங்க மூர்த்தி(சிவன்)க்கு அபிஷேக அர்ச்சனை செய்து ஏழைகளுக்கு அன்னதானம் செய்ய நோய் படிப்படியாக நீங்கும்.

பூசம் நட்சத்திரத்தில் ஸ்ரீவீரபத்திரருக்கு எலுமிச்சை மாலை அணிவித்து அர்ச்சனை செய்தால் எதிரிகளின் தொல்லை, அலுவலகத்தில் உயர் அதிகாரிகள் உடன் பணிபுரிவோர் தரும் பிரச்சனைகளிலிருந்து விடுபடலாம்.

புன்னை எண்ணெய், நெய், தேங்காய் எண்ணெய், நல்லெண்ணெய், இலுப்பை எண்ணெய் கலந்து வீரபத்திரருக்கு பூசம் நட்சத்திரத்தில் தீபம் ஏற்ற பகைவர்கள் நண்பர்களாவார்கள்.

அரச மரத்தடி விநாயகருக்கு பூசம் நட்சத்திரத்தன்று அன்னாபிஷேகம் செய்தால் உறவினர் மூலம் எதிர்பார்த்த உதவி கிடைக்கும். பணம் கஷ்டம் தீரும்.

> சஷ்டி திதியில் திருமணம் செய்தால் 10 சஷ்டி திதியில் காலபைரவரை வழிபடவும்.

6.

ஹோமம்

தேவகடன் எனப்படும் நம்முடைய பிறவிப் பெருங்கடனைத் தீர்ப்பதற்குரிய சிறப்பான வழிபாடாக அமைவது ஹோமம். ஹோமங்களை செய்ய சில விதிமுறைகள் உண்டு. ஹோம குண்டத்திற்கு செங்கல் மட்டுமே பயன்படுத்த வேண்டும். சிமென்ட் மற்றும் தகடுகளால் ஆன ஹோமகுண்டத்தை பயன்படுத்த கூடாது. செங்கற்கள் பின்னமில்லாமல் இருப்பது அவசியம். ஹோமகுண்டத்தினுள் மணலில் தென்மேற்கு மூலையில் சூலம் அல்லது சங்கு வரைவது சிறப்பு. ஹோமகுண்டத்தின் நடுவில் பிள்ளையார் சுழியோ அல்லது குறிப்பிட்ட ஹோமத்தின் யந்திரத்தையோ வலது மோதிர விரலை கொண்டு வரைய வேண்டும். ஒருமுறை உபயோகப்படுத்திய செங்கலை மீண்டும் பயன்படுத்தக் கூடாது. ஹோமகுண்டம் வைக்க செங்கல்களை தென்மேற்கு திசையிலிருந்து ஆரம்பிப்பது சுபிட்சத்தை தரும்.

ஹோமத்தில் மரகுச்சிகள் விறகு போன்றவற்றை போடுவது தவறு. அதேபோல போடும் ஆஹுதிகளை கவனமாக தேர்ந்தெடுத்து வரிசையாக இடவேண்டும். உதாரணமாக கணபதி ஹோமம் 108 ஆவர்த்தி என்றால் முதல் 27 ஆவர்த்தி மோதகம் அடுத்த 27 ஆவர்த்தி பலாப்பழம், அடுத்த 27 ஆவர்த்தி கரும்பு துண்டு, அடுத்த 27 ஆவர்த்தி கதலிபழம் அடுத்த 27 ஆவர்த்தி மாம்பழம் அடுத்த 27 ஆவர்த்தி அருகம்புல். தன்வந்திரி ஹோமம் உடல் நலத்திற்காக

செய்யப்படுவது. இதில் சுக்குபொடி மற்றும் வெற்றிலையில் வெண்ணெய் வைத்து ஆஹுதி கொடுக்க நல்ல பலன் கிட்டும்.

பாமர மக்கள் ஹோம வழிப்பாட்டை பற்றி முறையாக தெரிந்து கொள்ளவில்லை. ஹோமம் செய்வதற்கு குறைந்த பட்சம் 3 நாள் முன்பிருந்து விரதம் இருப்பதுபோல் சுத்தமாக இருக்க வேண்டும். ஹோமம் செய்யும் தினம் முகச்சவரம் செய்யக்கூடாது. ஹோமம் முடிந்தபின் தங்கள் வசதிக்கேற்ப அன்னதானம் கண்டிப்பாக செய்யவேண்டும்.

ஒரு சிலர் கணபதி ஹோமம் செய்ய விநாயகருக்கு ப்ரீதியான நாளான சதுர்த்தி திதியில் செய்வார்கள். அதைவிடுத்து ஹோமம் செய்பவரின் ஜென்ம நட்சத்திரம் அல்லது ஜென்ம நட்சத்திரத்தின் 6வது நட்சத்திரம் அல்லது தசமி திதியில் செய்ய முழு பலன் கிடைக்கும். ஒருவன் நட்சத்திரத்தின் 3, 5, 7வது நட்சத்திரத்தில் செய்யும் ஹோமம் எதிர்மறை விளைவுகள் தரும். குழந்தை வரம் வேண்டி ஸ்ரீசந்தான கோபால ஹோமம் செய்பவர்கள் புருஷ சூக்தமும் சேர்த்து செய்யவேண்டும். சத்ருசம்ஹாரம் செய்யும் ஜாதகர் வைணவராக இருந்தால் ஸ்ரீநரசிம்ம மந்திரமும் சைவராக இருந்தால் ஸ்ரீசுப்ரமண்ய திரிசிதியும் பிரயோகப்படுத்தவேண்டும்.

ஒரு நண்பர் தன் வீட்டில் சுதர்ஸன ஹோமம் செய்ததாகவும் ஆனால் அதற்கு பிறகு பிரச்சனைகள் அதிகமாகி விட்டதாகவும் கூறினார். சுதர்ஸன ஹோமத்தை வைணவர்களை கொண்டு செய்யவேண்டும். அப்போதுதான் சுதர்ஸன ஹோமம் நல்ல பலனை தரும். சுதர்ஸன மந்திரம் பெருமாளுக்கு சம்மந்தபட்டது.

பிரச்சனைகளுக்கு நடுவே வாழ்க்கை என்ற போராட்டத்தில் சிக்கி தவிக்கும் மனிதன் கடைசியில் மரணத்தை தழுவுகின்றான். இந்துக்கள் இறந்துபோன மனித உடலை எரிக்கின்றனர். அப்படி எரிக்கும்போது அந்த பூத உடலை கற்பூர தகனம் செய்யுங்கள். இறந்த மனிதனின் உடலுக்கு சந்தனாதி தைலம், அத்தர்,

ஜவ்வாது போன்ற வாசனை திரவியங்களை தடவுங்கள். பின் கற்பூரத்தை உடல் முழுவதும் வைத்து சிதைக்கு தீ மூட்டுங்கள். இறந்த அந்த மனிதனின் ஆன்மா நல்ல திருப்தி அடைந்து சாந்தி அடையும். இது உண்மையா என தெரிந்து கொள்ள இறந்த ஒரு வருடம் கழித்து இறந்தவரின் ஆன்மாவுடன், ஆவி உலக ஆராய்ச்சியாளர் மூலமாக பேசினால் அந்த ஆன்மா எவ்வளவு திருப்தியாக உள்ளது என்பதையும் அதனால் உங்கள் குடும்பத்தை எப்படி நன்கு வாழ்த்துகிறது என்பதையும் உணருங்கள்.

என்னதான் மந்திர-யந்திர-தந்திர சாதனைகள் செய்தாலும் அன்னதானத்தின் மூலமே நம் கர்மாவை போக்க முடியும். ஏழை எளியோருக்கு வீடுவாசல் இல்லாத அநாதைகளுக்கு உணவு வழங்குவதே அன்னதானம். மற்றதெல்லாம் விருந்தாகும். அன்னதான பலன் ஆகாய தத்துவத்தில் சூட்சமமாக இயங்கும். ஜீவகாருண்யத்தை கடைபிடித்து ஓம் சிவசிவ ஓம் என மன உறுதியுடன் மானசீகமாக ஜெபித்தால் முப்பத்து முக்கோடி தேவர்களின் அருளும் நாளாவட்டத்தில் நமக்கு துணையாக நிற்கும் என்பதை அறியவும்.

> ஒருவருக்கு உதவிசெய்ய போய் பிரச்சனையில் மாட்டிக் கொண்டால் மயிலாடுதுறை பேரளம் அருகே புலிவனம் ஊரில் கிருபாசமுத்திர பெருமாளை வழிபடவும்.

7.

பரிஹார ஸ்தலங்கள் உண்மைதானா?

வாழ்வில் நிம்மதியை பெற பரிஹாரங்கள் செய்ய பக்தன் வெவ்வேறு ஸ்தலங்களை தேடிச் செல்கிறான். இந்த பரிஹார ஸ்தலங்கள் உண்மையிலேயே பலனளிப்பவையா? கிரஹங்களில் குரு ஸ்தலமான திருச்செந்தூர் சென்று முறையான வழிபாடு செய்து பலன் பெறலாம். அங்கு செல்லும் பக்தர்கள் கடலில் நீராடி பின் உடலில் உப்பு நீர் படிந்துள்ளதால் நாழிக் கிணற்றில் உள்ள நல்ல நீரில் குளித்து, அதன்பின் உலர்ந்த ஆடை உடுத்தி கோவிலுக்குச் சென்று வழிபடுகின்றனர்.

முதலில் நாழிக் கிணற்றில் குளித்து பின் கடலில் குளிக்க வேண்டும். குளித்து ஈரத்துணியுடன் இறைவனுக்கு அர்ச்சனை செய்து ஆலயத்தை 108 முறை வலம்வர வேண்டும். திருச்செந்தூர் மணலில் அந்த கடலின் உப்பு படிமங்கள் உடலில் ஊறி சிறிது சிறிதாக அந்த காற்றில் உலரும் போதும், கோவிலின் உட்புறம் வலம் வரும்போதும் கோவிலின் சுவர்களாக இருக்கும் கற்தூண்களில் பட்டு வரும் உஷ்ண காற்றும் உடலில் படிந்த ஈர பதத்தில் கலந்து குழந்தை பேருக்கு தேவையான மாற்றங்களை உடலுக்கு கொடுக்கின்றன. சித்தர்கள் இந்த தொலை நோக்குப் பார்வையுடன் கட்டிய இக்கோவில் பரிஹார ஸ்தலங்கள் உண்மைதான் என்பதற்கு சான்றாகும்.

ஸ்ரீஇராமர் தனக்கு ஏற்பட்ட பிரம்மஹத்தி தோஷம் நீங்க பிதுர் தோஷ பூஜை செய்து சிவனை பூஜித்த ஸ்தலம்

இராமேஸ்வரம். பிதுர் தோஷம் நீங்க தில ஹோமம் செய்ய இதுவே பரிஹார ஸ்தலமாகும். ஒருவருடைய ஜாதகத்தில் 5ம் இடத்தில் ராகு இருந்து குழந்தை பிறந்தால் குழந்தை பிறந்த பின் ஒரு வருடத்திற்குள் இராமேஸ்வரத்தில் ஸ்ரீஇராமநாத சுவாமிக்கு எதிரே உள்ள அக்னி தீர்த்த கடலில் நீராடி பிதுர்களுக்கு தில ஹோமம் செய்ய வேண்டும் என சாஸ்திரங்கள் கூறுகின்றன. அப்படி செய்யாவிட்டால் அந்த ஜாதகன் வாழ்வில் பல இன்னல்கள் சந்திப்பான். இங்கிருந்து 16 கி.மீ. தொலைவில் உள்ள தனுஷ்கோடியில் கடல் ஒரு பக்கம் சீற்றமாகவும், மறுபகுதியில் அமைதியாகவும் இருக்கும். அக்னி தீர்த்தத்தில் அலைகள் இருக்காது.

அந்த மண்ணைக் கொண்டு குயவர்கள் மண்பாண்டங்கள் செய்ய முடியாது. ஆனால் சீதா தேவியார் இராமேஸ்வர பூமியின் மண்ணில் சிவனை வடித்தார்கள். பிதுர்கள் காக்கை வடிவில் அதிகமாக இருக்கும் புண்ணிய பூமி தனுஷ்கோடி. இங்கும் கடலில் நீராடி ஈரத் துணியுடன் தில ஹோமம் செய்து பிதுர் பூஜையை நிறைவேற்றுபவர்கள் வாழ்வில் பல நல்ல திருப்பங்களை சந்திக்கின்றனர்.

இராமேஸ்வரத்தின் மண்ணுக்கும், அலைகள் இல்லாத அக்னி தீர்த்தத்துக்கும் பிதுர்களை ஆகர்ஷிக்கும், அந்த ஆன்மாக்களை ஈர்க்கும் சக்தி உள்ளதால் பிதுர் தோஷ நிவர்த்தியை செய்யும் பரிஹார ஸ்தலங்களில் மிக முக்கியமான ஒன்றாக விளங்குகிறது.

திருநெல்வேலி அருகே உள்ள சங்கரன்கோவில் குழந்தை பேறுக்கு ஒரு சிறந்த பரிஹார ஸ்தலம். குழந்தைவரம் வேண்டி பெண்கள் அதிகாலையில் குளித்து ஈரத் துணியுடன் ஸ்ரீகோமதியம்மன் கருவறை சன்னதி திறந்தவுடன் கீழே விழுந்து வணங்க வேண்டும். அம்மன் பீடத்தின் கீழ் உள்ள இயற்கை மூலிகை கலவை கருவறையில் உள்ள காற்றில் இரவு முழுவதும் கலந்து இருப்பதால், பெண்களின் சுவாசம் மூலமாக

சென்று கருப்பைக்கு தேவையான சக்தியை ஊட்டுகிறது. பின் அம்மனுக்கு நடைபெறும் முதல் பால் அபிஷேகத்தின் பாலை குடித்து சந்நிதியை 27 முறை வலம் வரும்போது அம்மன் சிலை மீது பட்டு மூலிகை வீரியத்துடன் வரும் பால் அவர்கள் உடலில் கலந்து குழந்தை பேறுக்கான வழி வகுக்கிறது.

இவ்வாறு பல கோவில்களை நம் முன்னோர்கள், சித்தர்கள் பரிஹார ஸ்தலங்களாக உருவாக்கி நாம் பலனை அடைய வழி வகுத்துள்ளார்கள். இவ்வகையில் பார்க்கும் போது பரிஹார ஸ்தலங்கள் உண்மைதான் என விளங்குகிறது.

> 5ஆம் மிடத்தில் சனீஸ்வரன் நின்றால் வன்னி மர வழிபாடு அல்லது மேற்கு நோக்கிய தனி சந்நிதியில் உள்ள சனீஸ்வரர் வழிபாடு சிறந்தது.

8.

விஜயாபதியில் நவ அபிஷேகம்

மிஸ்டிக் செல்வம்

உலகத்தோடு ஒட்ட ஒழுகார் பல கற்றும்
கல்லார் அறிவிலாதார்.

எனும் குறள்படி உல சமுதாயத்தில் வாழும் ஒரு சாதாரண மனிதன் சமுதாயத்தை அனுசரித்துதான் செல்ல வேண்டியுள்ளது. முற்றும் துறந்த முனிவர் ஊர் பிடிக்காமல் வனத்துள்போய் விடுவதால் அவருக்கு எவ்வித கட்டுப்பாடும் இல்லை. இப்பொழுது மனித மன விடுதலைக்கு யோகமார்க்கங்கள் இருந்தாலும் 90 சதவிகித மக்கள் கிரியா மார்க்கத்தை விரும்புகின்றனர். மந்திரம் - யந்திரம் - தந்திரம் ஆகியவைகளின் பேரில்தான் முழு நம்பிக்கை வைக்கின்றனர். அதனால் கோயில்களில் பக்தர்களின் கூட்டம் தாங்கமுடியாத அளவு பெருகுகின்றது. கலியுகத்தில் வாழும் மக்களுக்கு நிமிடத்திற்கு நிமிடம் பிரச்சினைதான். என்றைக்கு பிரச்சனை என்ற ஒன்று ஒரு மனிதனுக்கு ஏற்பட்டதோ அன்றே தீர்வு என்ற ஒன்றும் உள்ளது. அது என்ன தீர்வு என்பது நம் கண்களுக்கு புலப்படுவது இல்லை. ஏதோ ஒரு மாற்று வழி இருக்கத்தான் செய்கின்றது. அதைத்தான் பரிகாரம் என அழைக்கின்றனர். ஒவ்வொரு செயலுக்கும் ஒரு எதிர் செயல் உண்டு என்பதுதான் பரிகாரத்தின் தத்துவம்.

நம்பிக்கைதான் பல மதங்களின் மூலதனம். மக்களுக்கு நம்பிக்கை இல்லை என்றால் பல மதங்கள் கிடையாது. எனக்கு

அருளாளர்கள் மேல் வைக்கும் நம்பிக்கை குறைவுதான். ஆனால் அருளாளர்கள் கூறும் பரிகாரங்கள் மேல் முழு நம்பிக்கை உண்டு. கடந்த 40 ஆண்டுகளில் பலமுறை பரிகாரங்களை பரிட்சை செய்து பார்த்துள்ளேன். பரிகாரம் ஒரு முழுமையான தீர்வு இல்லை. விபத்தில் சிக்கியவனுக்கு முதலுதவி மாதிரிதான். பரிகாரங்கள் தற்காலிகமானவை. கொஞ்சம் சிந்திக்க மூச்சுவிட கால அவகாசம் கிடைத்த உடன் நிரந்தர நிவாரணத்தை மனிதன் தேடவேண்டும். மனித காரியங்களுக்கு தடையாக இருப்பது அவன் மனமும் உடலும்தான். வெளியே எதிரியே கிடையாது. கொல்லாமல் கொல்லும் நோய் அவனவன் உள்ளத்தில்தான் இருக்கின்றது. கெட்டநேரம் வரும்போதுதான் அடுத்தவர் சொத்தை அபகரிக்க எண்ணுகிறான்.

அவனுக்கு நல்ல புத்தியை சொல்ல ஆளில்லை. அதனால்தான் "விநாசகாலே விபரீதபுத்தி" என்று பெரியோர் கூறினர். ஒன்று சுயபுத்தி வேண்டும். அது இல்லாவிட்டால் சான்றோர்களை அண்டி அவர்கள் சொல்லும் புத்திமதியை கேட்டு அதன்படி நாணயமாக நடக்கவேண்டும். இரண்டும் இல்லை எனில் ஒரு மனிதன் என்னதான் கலைகள் கற்றிருந்தாலும் அவன் தரித்திரமடைவான். இதை நடைமுறையில் பார்க்கிறோம்.

ஸ்ரீகாகபுஜண்டர் தர்மலிங்கசாமி எனக்கு ஆன்மிகச் செல்வம் என்னும் பட்டம் வழங்கும்முன் என் உள்ளத்தை சுத்தம் செய்யவேண்டும் என சொன்னார். அதன்படி செண்பகாதேவி அருவிக்கரையில் ஒரு குடத்தில் 9 நறுமணப் பொருட்கள் கலந்த அத்தீர்த்தக் கலசத்திற்கு மந்திரம் சொல்லி பின் என் தலையில் விட்டார். அதன்பின் சாதாரண அருவி ஜலம் 27 குடங்கள் விட்டு சுத்தப்படுத்தினார். தலையை துவட்டிய துண்டை ஆற்றில் விட்டுவிட சொன்னார். அதன்படி செய்தேன். அதன்பின்தான் ஆன்மீகச் செல்வம் என பட்டம் எனக்கு வழங்கப்பட்டது. ஸ்ரீ ஆர். சங்கர் (அஷ்வத் சங்கர்)

செ‌ன்னையில் இருக்கிறார். அவருக்கு ஜோதிடம் வாஸ்துமற்றும் பரிகார முறையில் பல ஆண்டுகள் ஆராய்ச்சியுண்டு. இது பற்றி அவரிடம் சொன்னேன். நான் கோடுதான் போட்டேன். அவரோ அதன்மேல் ரோடே போட்டுவிட்டார். அவர் 9 குடத்தில் 9 அபிஷேக பொருட்கள் போட்டு கஷ்டப்படுகின்றவர்கள் தலையில் விட்டு அவர்கள் பிரச்சினைகளில் இருந்து விடுவித்துவிட்டார். இதை நான் விஜயாபதியில் நேரிலேயே கண்டேன். அவரைப் பாராட்டினேன். என் ஆராய்ச்சியில் சில காரியங்களை நான் கோடிட்டிடுத்தான் காண்பிக்கமுடியும். அதை அவரவர்கள் புத்தியுக்தியின்படி அவரவர்கள் மாற்றியமைத்து விரிவுபடுத்தினால் நல்லது.

ராமலட்சுமணர்கள் விஸ்வாமித்திரன்னின் யாகத்தைக் காக்கும் பொருட்டு தாடகை மற்றும் சில அரக்கர்களை கொன்றனர். அதனால் அவர்களுக்கு ப்ரம்மஹத்தி தோஷம் பிடித்தது. அதை நீக்க ஒரு யாகம் செய்ய இடம் தேடி தென்னாட்டுக்கு விஸ்வாமித்திரர் வந்தார். சிதம்பரம் வந்து அங்கு தில்லை வனத்தோப்பில் தங்கி தில்லை காளியை பிரதிஷ்டை செய்து காவல் தெய்வமாக்குகிறார். பின் ஹோமகுண்ட விநாயகர் - விஸ்வாமித்திர மஹாலிங்க ஸ்வாமி – அகிலாண்ட ஈஸ்வரி ஆகிய தெய்வங்களை பிரதிஷ்டை செய்து பின் ஹோமம் வளர்த்து ராமர் லட்சுமணர்களின் பிரம்மஹத்தி தோஷத்தை போக்கினார். பின் அருகில் உள்ள கடலில் குளித்து மணலில் அங்கப்பிரதட்சணம் செய்தார். அந்த சிறப்பு பெற்ற இடம்தான் விஜயாபதி. அவர் குளித்த இடம் விஸ்வாமித்திர தீர்த்த கட்டம். இன்றும் ஆடி அமாவாசை மற்றும் தை அமாவாசையில் பல்லாயிரக்கணக்கான மக்கள் விஸ்வாமித்திர தீர்த்த கட்டத்தில் குளித்து அருகில் உள்ள தில்லைகாளிக்கு பொங்கல் வைத்து வழிபடுகின்றனர். பிரச்சனைகளில் இருந்து விடுதலை பெறுகின்றனர். இதை அங்கு இன்னும் நேரில் காணலாம்.

அவதாரபுருஷர்களே ஆனாலும் அவர்களும் நவக்கிரஹ தாக்குதல்களுக்குட்பட்டவர்களே. இந்த ஜென்மத்தில் இல்லாவிட்டாலும் அடுத்த ஜென்மத்தில் நவக்கிரஹ பிடியில் மாட்டுவர். மறைந்திருந்த வாலியை அநியாயமாக கொன்றார் ராமர். அவரின் அடுத்த கிருஷ்ணாவதாரத்தில் ஒரு சாதாரண வேடனால் கொல்லப்படுகின்றார். ஒரு அவதார புருஷனுக்கே இந்த நிலைமை என்றால் நம் நிலைமையை கேட்கவா வேண்டும். விஸ்வாமித்திரர் அங்கு வந்து தங்கியதால் அவ்விடம் விஸ்வாமித்திரபேரி என அழைக்கப்பட்டது. பின் அவர் வடநாடு சென்றுவிட்டார். இதைக் கேள்விப்பட்ட பாண்டிய அரசன் விஸ்வாமித்திரனால் பிரதிஷ்டை செய்த சிலைகளுக்கு கோவில் கட்டி பின் இரட்டை மீன் சின்னத்தை கோயிலில் உள்ள முகப்பில் பொறித்தான். ஒரு காலத்தில் விஜயாபதி பெரிய ஊராக இருந்துள்ளது. தேரோடும் வீதி, அக்ரஹாரம், ஓதுவார் குடியிருப்புகள், அரண்மனைகள் உள்ள ஊராக இருந்துள்ளது. பிற்காலத்தில் அவைகள் அழிந்துவிட்டன. தில்லை வனத்தோப்பும் அழிந்துவிட்டது. இப்போது இரண்டு தில்லை மரங்களுடன் தில்லைவனக்காளி கடற்கரைப்பக்கம் காவல் இருக்கிறாள். அவள் முகம் இலங்கையை நோக்கி உள்ளது. தமிழ்நாட்டில் வேறு கோவில்களில் தில்லை மரம் இருப்பதாக தெரியவில்லை. இந்த இரண்டு மரத்தையாவது வன இலாகா காப்பாற்றினால் நல்லது.

ஒரு சிறுகுடம் பால் - ஒரு சிறுகுடம் பன்னீர் - ஒரு சிறுகுடம் இளநீர் - ஒரு சிறுகுடம் அரிசிமாப்பொடி - ஒரு சிறுகுடம் மஞ்சள்பொடி - ஒரு சிறுகுடம் சர்வோதயா ஸ்னானப்பவுடர் - ஒரு சிறுகுடம் வெற்றிவேர் - ஒரு சிறுகுடம் சந்தனம் - ஒரு சிறுகுடம் விபூதி - ஒரு சிறுகுடம் குங்குமம். ஒரு சிறுகுடங்களில் முதலில் தண்ணீர் விட்டு பின் இவைகளை அதில் கரைக்கவேண்டும். பின் அவைகளை நவக்கிரஹங்களைப்போல் மூன்று வரிசையாக வைக்கவேண்டும். நடுவில் இருக்கும் குடத்திற்கு மட்டுமே மேலே ஒரு தேங்காய் வைக்கவேண்டும். நூல்

சுற்றவேண்டாம். ஜவ்வாதுவை சிறிது எடுத்து அனைத்துக் குடங்களில் கலக்கவேண்டும். உதிரிப்பூக்களை அனைத்து குடங்களின் மேற்புற ஜலத்தில் போடவேண்டும். பின் சம்பந்தப்பட்ட நபரை மேற்படி குடங்களின் முன் கிழக்கு பார்க்க உட்கார வைக்கவேண்டும். பின் மந்திரம் சொல்லியபடி பட்டர் ஒவ்வொரு குடமாக ஒன்பது குடங்களையும் நவ அபிஷேகமாக பரிகார நபரின் தலையில் விடுவார். அதன் மூலம் சம்பந்தப்பட்ட நபரின் உடலும் உள்ளமும் தூய்மை அடைகின்றது. அவரைப் பிடித்த பீடைகள் எல்லாம் நீங்குகின்றன.

பின் அருகில் உள்ள விஸ்வாமித்திர தீர்த்த கட்டத்திற்குச் சென்று கடலில் மூன்று முறை முழுகி எழவேண்டும். பின் இரு கை கூப்பியபடி மணலில் படுத்து இடதுகை பக்கமாக மூன்று முறையும் பின் வலதுகை பக்கமாக மூன்று முறையும் நெற்றியில் மணல்படும்படி உருளவேண்டும். கடைசியாக மூன்று முறை கடலில் முழுகி மேற்சொன்னபடி மணலில் உருளவேண்டும். 9 முறை கடலில் மூழ்கி 9 முறை மணலில் உருளவேண்டும். கடைசியாக உடலில் உள்ள மணல் போக ஒரு முழுக்கு போட்டு கரை எற வேண்டும். தலையை துவட்டிவிட்டு பின் அணிந்திருந்த வஸ்திரங்களில் ஒரு ஈர வஸ்திரத்தை கடலில் விட்டெறிந்துவிட்டு பின் அருகிலுள்ள தில்லைகாளியம்மன் சன்னதியில் மாலை 5 மணிக்கு வழிபடவேண்டும். ஒரு ரோஜா (அ) செவ்வரளிமாலை, தேங்காய், பழம், வெற்றிலைபாக்கு- பத்தி, நெய்தீபம் போட்டு பரிகார நபரின் பெயருக்கு அர்ச்சனை செய்யவேண்டும். கொய்யாபழும் 108 மற்றும் ஒரு ரூபாய் நாணயம் 108 வைத்து காளியை வழிபடவேண்டும். பின் அதை எடுத்து அங்குள்ள குழந்தைகளுக்கு விநியோகம் செய்ய வேண்டும். பின் ஊர் திரும்பிவிடலாம். கோயில் ஊழியர்கள் நான்குபேர் அவர்களுக்குண்டான தட்சணை கொடுத்து தட்சணா தேவியை திருப்திபடுத்த வேண்டும். விஜயாபதி ஒரு பரிகாரஸ்தலம் ஆதலால் அங்கு பித்ரு தர்ப்பணம் செய்யலாம்.

அபிஷேகப் பொருட்கள் விஜயபதியிலேயே கிடைக்கும். இளநீர், உதிரிபூ வெளியூரில் வாங்கி கொண்டு அங்கு செல்லவேண்டும். நவ அபிஷேகத்தை பகல் மணி 12க்குள் பின் சூரியன் இறங்கும்பொழுதில் செய்யவேண்டும்.

நவஅபிஷேகம் செய்த எட்டு நாளைக்குப்பின் பலன் தெரிய ஆரம்பிக்கும். நெல்லை, நாகர்கோயில் தேசிய நெடுஞ்சாலையில் வள்ளியூர் உள்ளது. அங்கு இறங்கி கிழக்கு நோக்கி ராதாபுரம் 16 கிலோ மீட்டர் தூரத்தில் உள்ளது. இராதாபுரத்தில் இருந்து 12வது கிலோ மீட்டரில் விஜயாபதி உள்ளது. இராதாபுரத்தில் இருந்து விஜயாபதிக்கு டிரக்கர்கள் அடிக்கடி போகும். பேருந்து வசதிகள் மிகவும் குறைவு. வசதியுள்ளவர்கள் டாக்சியில் போகலாம். ரயிலில் வருபவர்கள் நெல்லை - நாகர்கோயில் ரயில்வே ரூட்டில் இருக்கும் வள்ளியூரில் இறங்கி பின் சாலைமார்க்கமாக விஜயாபதியை அடையலாம். விஜயாபதியில் தங்கும் வசதி கிடையாது. குடிதண்ணீர் கிடையாது. நிறைய பேர்களுக்கு இவ்விதம் நவஅபிஷேகத்தை நானும் அஷ்வத் சங்கரரும் விஜயாபதியில் செய்வித்த பின்னர் அதன் பலன்களை பரிசீலித்தோம். அவை வெற்றிகரமாக இருக்கவே வாசகர்கள் நலன் கருதி இதை வெளியிடலானேன். வாழ்க அறமுடன், வளர்க அருளுடன்.

மிஸ்டிக் செல்வம்
ஆன்மிக ஆராய்ச்சியாளர்
தென்காசி

விஜயாபதி கோவிலை பற்றி தற்பொழுது பலரும் பலவித கருத்துக்களை கூறுகின்றன்றனர். ஆனால் இதை பற்றி உலகுக்கு வெளி கொண்டுவந்த ஆன்மீக செம்மல் திரு மிஸ்டிக் செல்வம் அய்யாவை பற்றி ஒருவரும் கூறவில்லை. நான் மிஸ்டிக் அய்யாவுடன் சென்று ஆராய்ச்சி செய்து நவகாலச பூஜையை மக்களுக்கு கூறி பயனடைய செய்தோம். "நான் கோடு

போட்டேன் அஸ்வத் ஷங்கர் ரோடு போட்டார்" என்று ஜோதிட பூமி மாத இதழில் எழுதி உள்ளார். எந்த நாளிலும் சென்று நவ கலச பூஜை செய்யலாம் என்று கருதாமல் அவரவர் ஜாதகத்தில் உள்ள தோஷ நிவர்த்தி நட்சத்திரத்தில் செய்தால்தான் நல்ல பலன் கிடைக்கும்.

9.

திதியை கொண்டு விதியை அறியவும்

ஒரு ஜாதகத்தின் பலனை ஆராய்ந்து கூறும்போது பஞ்சாங்கத்தில் உள்ள ஐந்து அம்சமான வாரம், நட்சத்திரம், யோகம், திதி, கரணம் ஆகியவற்றை கருத்தில் கொள்ள வேண்டும். ஜோதிட பொருள் உணர்த்தும் பல நூல்கள் ஒன்றொடு ஒன்று ஒத்து போகாமல் உள்ளன. ஜோதிட சாஸ்திரம் கற்றுக் கொள்வது சுலபமாக தோன்றினாலும் நடைமுறையில் பலன் கூறும்போது பலனை யூகிப்பது கடினம். ஒரு ஜாதகத்தின் பலனை கூறும் முன்பு ஜாதகன் பிறந்த திதியின் மூலம் பலன் அறிந்து கூறினால் துல்லியமாக இருக்கும். திதி என்பது சூரியனுக்கும் சந்திரனுக்கும் இடையே உள்ள தூரத்தை குறிப்பதாகும். திதியை வைத்து பலன் அறிய முற்படும்போது வளர்பிறை, தேய்பிறை என கணக்கில் கொள்ள வேண்டாம்.

இராகு திசை, கேது திசை, சனி திசை சிலருக்கு வறுமை, நோய், சிறைவாசம், வேலையின்மை போன்ற பலனை தரும். ஆனால் வேறு சிலருக்கு இதே திசைகள் பிரபலமான யோக பலன்களை கொடுப்பதை காணலாம். இதற்கு காரணம் அவரவர் முன் வினைப்படி இப்பிறவியில் அவர்கள் பிறக்கும் திதியாகும். இதை விடுத்து ராகு, கேது, சனி திசை தீய பலனையே தரும் என கூறுவது தவறு.

ஒரே லக்னம், ஒரே அமைப்பு உள்ள ஜாதகங்களில் ஒருவருக்கு நன்மையும், மற்றொருவருக்கு தீமையும் விளைவது அவரவர் ஜாதகத்தில் உள்ள திதியின் தோஷத்தால் மாறுபட்டு இருக்கும்.

உதாரண ஜாதகம் : 505

<table>
<tr><td>சனி
சந்</td><td>சுக்</td><td>சூரி</td><td>ல
புதன்
குரு</td></tr>
<tr><td></td><td colspan="2" rowspan="2"></td><td>ரா</td></tr>
<tr><td>கேது</td><td></td></tr>
<tr><td>செவ்</td><td></td><td></td><td></td></tr>
</table>

நட்சத்திரம் - உத்திரட்டாதி

பிறந்த திதி - தசமி திதி

மிதுன லக்னத்திற்கு சுக்கிரன் ஒருவனே யோக காரகன் என பல ஜோதிட நூல்களும் கூறுகிறது. ஆனால் இந்த ஜாதகனுக்கு சுக்கிர திசை வந்ததும் பூர்வ புண்ணிய பூமி அனைத்தும் அழிந்து விட்டன. பிறந்த இடத்தை விட்டு வேறு ஒரு ஊருக்கு பிழைப்புக்காக மாறினார். நட்சத்திரத்தையும் இலக்கினத்தையும் வைத்து பலன் கூறும் போது பிரபலமான யோகங்கள் இருப்பதாகக் கூறலாம். ஆனால் இவர் பிறந்த தசமி திதிக்கு சூன்ய இராசிகள் மேஷம், சிம்மம், விருச்சிகம் ஆகும். ஆக சூன்ய ராசியாகிய மேஷத்தில் சுக்கிரன் (சூன்ய வீட்டில்) இருப்பதால் நற்பலனை தரவில்லை.

1. சூன்ய கிரஹம் சுபர் வீட்டில் இருந்தாலும், சுபர்களுடன் கூடினாலும், சுபர் பார்வை பெற்றாலும் நற்பலனை தராது.

2. சூன்ய கிரஹம் சுபர் நட்சத்திர காலில் இருந்தால் நற்பலனை தராது.

3. சூன்ய கிரஹம் ஆட்சி உச்சம் பெற்றால் அந்த பாவம் நற்பலனை தராது.

4. சூன்ய கிரஹம் வேதை இராசிகளில் இருந்தால் நற்பலனை தராது.

5. சூன்ய கிரஹம் திரிகோணத்திலோ கேந்திரத்திலோ இருந்தால் நல்ல பலனை தராது.

6. சூன்ய கிரஹம் 3 அல்லது 6ல் இருந்தால் நல்ல பலனை தரும்.

7. சூன்ய கிரஹம் பாபர் சம்மந்தமாவது, பாவர் வீட்டிலாவது அல்லது 3, 6, 8, 12ம் பாவங்களில் இருந்தாலாவது நற்பலனை தரும்.

8. சூன்ய கிரஹங்கள் அஸ்தமனம், வக்கிரம் அல்லது நீச்சமடைந்திருந்தால் நல்ல பலனை தருவார்கள்.

9. சூன்ய கிரஹங்கள் பாபர் நட்சத்திர காலில் இருந்தால் நற்பலன்.

10. சூன்ய இராசியில் இராகு கேது இருந்தால் நற்பலன் தரும்.

5ம் இடத்தில் இராகு இருந்து புத்திரர் இல்லாமல் உள்ளோரும் உண்டு, பிள்ளைகளை பெற்று, தரித்தவன்களாக உள்ளவர்களும் உண்டு.

ஆகவே புத்திரதோஷம் என்பது பிள்ளைகள் இல்லை என்றும் அல்லது பிள்ளைகளை பெற்றும் துன்பம் என்றும் கொள்ளவேண்டும். ஒருவன் ஜாதகத்தில் புத்திர காரஹன் குரு திதி சூன்யம் அடைந்து விட்டால் அவன் அறிவும் பணமும் விருத்தியடையாமல் குறையும் எனவும் கொள்ளலாம்.

பிறந்த திதிகளின்படி சூன்ய ராசியும், கிரஹங்களும்

திதி	சூன்ய இராசி	சூன்ய கிரஹங்கள்
பிரதமை	ரிஷபம் துலாம்	சனி சுக்கிரன்
துதியை	தனுசு மீனம்	குரு
திருதியை	மகரம் சிம்மம்	சனி சூரியன்
சதுர்த்தி	கும்பம் ரிஷபம்	சனி சுக்கிரன்
பஞ்சமி	மிதுனம் கன்னி	புதன்
சஷ்டி	மேஷம் சிம்மம்	செவ்வாய் சூரியன்
சப்தமி	தனுசு கடகம்	குரு சந்திரன்
அஷ்டமி	மிதுனம் கன்னி	புதன்
நவமி	சிம்மம் விருச்சிகம்	சூரியன் செவ்வாய்
தசமி	சிம்மம் விருச்சிகம்	சூரியன் செவ்வாய்
ஏகாதசி	தனுசு மீனம்	குரு
துவாதசி	துலாம் மகரம்	சுக்கிரன் சனி
திரியோதசி	ரிஷபம் சிம்மம்	சுக்கிரன் சூரியன்
சதுர்த்தசி	மிதுனம் கன்னி தனுசு மீனம்	புதன் குரு

அமாவாசை, பௌர்ணமி திதிகளுக்கு சூன்ய கிரஹ தோஷம் கிடையாது.

வேதை ராசியில் சூன்ய கிரஹம் இருந்தாலும் வேதை கிரஹங்களுடன் சேர்ந்தாலும் மிக கொடிய பலனை தருவார்கள்.

இராசி	வேதை இராசி	வேதை கிரஹம்
மேஷம்	சிம்மம் கும்பம்	சூரி, சனி
ரிஷபம்	சிம்மம் மகரம்	சூரி, சனி
மிதுனம்	சிம்மம்	சூரி
கடகம்	கன்னி, விருச்சிகம் ரிஷபம்	புதன், செவ், சுக்
சிம்மம்	துலாம் மேஷம் சிம்மம்	சுக், சூரி, செவ்
கன்னி	விருச்சிகம் கடகம்	செவ், சந்
துலாம்	கும்பம் சிம்மம்	சனி, சூரி

இராசி	வேதை இராசி	வேதை கிரஹம்
விருச்சிகம்	கும்பம் சிம்மம்	சனி, சூரி
தனுசு	விருச்சிகம்	செவ்
மகரம்	ரிஷபம் கடகம் விருச்சிகம்	சுக், சந், செவ்
கும்பம்	சிம்மம் துலாம்	சூரி, சுக்
மீனம்	கும்பம்	சனி

சூன்ய இராசி வேதை இராசியாக இருந்து அதில் ராகு இருந்தால் ஜாதகனின் வயது ஏற ஏற அந்த பாவம் ஷீணித்துக் கொண்டே போகும். இதுவே தரித்திர யோகமாகும். இராகு திசை நடக்க வேண்டும் என்ற அவசியமில்லை.

சூன்ய இராசி வேதை இராசியாக இருந்து அதில் கேது நின்றால் ஜாதகன் வயது ஏற ஏற அந்த பாவம் விருத்தி ஆகி நற்பலனை தரும்.

உதாரண ஜாதகம் : 506

ஜென்ம திதி:நவமி

<table>
<tr><td>சனி</td><td></td><td>ல / ராகு</td><td>குரு</td></tr>
<tr><td>சந்</td><td colspan="2" rowspan="2"></td><td>செவ்</td></tr>
<tr><td></td><td></td></tr>
<tr><td></td><td>கேது</td><td>சூரி</td><td>புதன் சுக்</td></tr>
</table>

இந்த ஜாதகனுக்கு சூன்ய இராசி: சிம்மம், விருச்சிகம், மேஷம்.

சூன்ய கிரஹங்கள்: சூரியன், செவ்வாய் மேற்கண்ட ஜாதகத்தில் செவ்வாய் சூன்ய தோஷம் பெற்று (சனியின் நட்சத்திரமான பூசத்தில் செவ்வாய்) பாக்கிய ஸ்தானத்தையும் 10மிடமான ஜீவன ஸ்தானத்தையும், 6மிடமான சத்ரு ஸ்தானத்தையும் பார்ப்பதால் இந்த ஜாதகன் சத்ருக்களை வென்று பொருள் தேடி நல்ல ஜீவனம் நடத்துவான். மனைவி ஸ்தானமான 7மிடத்தில் கேதுவும் (விருச்சிகம் இந்த ஜாதகனுக்கு திதி சூன்ய இராசி) களத்திர ஸ்தானமான செவ்வாய் பாக்கியாதிபதி சனியின் நட்சத்திரத்தில் இருப்பதால் நல்ல அழகும் குணமும் வாய்ந்த மனைவி அமைந்தாள் என்பதை திதி விளக்கத்தின் மூலம் அறியவும், இதை விடுத்து களத்திர ஸ்தானமான செவ்வாய் நீசம், ஆகையால் களத்திர தோஷம் நல்ல மனைவி அமைய மாட்டாள் என்றும், நீச கிரஹமாக செவ்வாய் 10ம் இடமான தொழில் ஸ்தானமான பார்ப்பதால் தொழில் அமையாமல் கஷ்டப்படுவான் என்று சொன்னால், பலன் சரியாக வராது. ஏனெனில் சூன்ய கிரஹங்கள் கெட்ட பாவங்களில் (3, 6) இருப்பதால் சூரியனும், செவ்வாயும் நல்ல திதியில் இருப்பதாக அறியவேண்டும்.

திதி, நட்சத்திரம் இராகு, கேது ஆகியவைகளுடன் மாந்தியையும் கணக்கிட்டு கொண்டால் சகல பலன்களையும் தெளிவாக கூறமுடியும். புத்தக நூல் அறிவிற்கும், ஜோதிட பலனுக்கும் அனுபவமும் தக்க குருவும் அவசியம்.

உதாரண ஜாதகம் : 508

<table>
<tr><td>சுக்</td><td>சூரி
பு</td><td>சனி</td><td>கேது</td></tr>
<tr><td></td><td></td><td colspan="2" rowspan="2">ல</td></tr>
<tr><td>செவ்</td><td></td><td>குரு
சந்</td></tr>
<tr><td>ரா</td><td></td><td></td><td></td></tr>
</table>

ஜெனன காலத்தில் "நவமி திதி". நவமி திதிக்கு சூன்ய ராசிகள்: மேஷம்/சிம்மம்/விருச்சிகம்.

சூன்ய கிரஹங்கள்: சூரியன்/செவ்வாய்.

கிரஹ பாதசார நிலை

கிருத்திகை 1ல் சூரியன்

உத்திரம் 1ல் சந்திரன்

அவிட்டம் 1ல் செவ்வாய்

கிருத்திகை 1ல் புதன்

உத்திரம் 1ல் குரு

பூரட்டாதி 4ல் சுக்கிரன்

மிருகசீரிடம் 2ல் சனி

உத்திராடம் 1ல் ராகு

புனர்பூசம் 3ல் கேது

இந்த ஜாதகத்தில் சுக்கிரன் சூரியன் செவ்வாய் லக்னாதிபதி ஆகிய 3 கிரஹங்கள் உச்சம். லக்னாதிபதி சந்திரனுடன் குரு இணைந்து தன ஸ்தானத்தில் இருப்பதை காணும்போது மிக நல்ல யோக ஜாதகம் போல் தோன்றும். ஆனால் திதியின் தோஷத்தால் தரித்திர பலன் தரும் ஜாதகமாகும்.

1. நவமி திதியில் ஜனித்ததால் விருச்சிகம், சிம்மம் ஆகிய இரண்டு இராசிகளும் திதி சூன்ய இராசியாகி, அந்த ராசிக்குரிய சூரியனும் செவ்வாயும் சூன்ய கிரஹங்கள் ஆகின்றன.

2. சூரியனின் நட்சத்திரத்தில் நிற்கும் சூரியன், சந்திரன், புதன், குரு ஆகிய கிரஹங்கள் நட்சத்திர தீது அடைகின்றன. பொது விதிப்படி சூரியன் 10ல் உச்சம் பெற்றதால் அரச பதவி என்றும், வித்யா ஸ்தானமான 4ம் இடத்தை உச்சம் பெற்ற சூரியன் புதனுடன் கூடி பார்ப்பதால் பட்டதாரி என்றும் களத்திர ஸ்தானமான 7ம் இடத்தில் செவ்வாய் உச்சம் பெற்றதால் மனைவி மூலம் அதிர்ஷ்டம் எனவும், 9அம் இடமாகிய பிதுர் ஸ்தானத்தில் சுக்கிரன் உச்சம் பெற்றதால் பிதுர் வழி செல்வம் விருத்தி என்றும், சந்திரனும் குருவும் 2அம் இடமான தன ஸ்தானத்தில் இருப்பதால் தன விருத்தி என்றும் பலன் சொன்னால் தவறு என அறியவும்.

3. சூரியன் சூன்ய தோஷமடைந்து திதி சூன்ய இராசியாகிய மேஷத்தில் திதி சூன்ய கிரஹமாகிய சூரியனுடைய நட்சத்திரத்தில் நின்று திதி சூன்ய கிரஹமாகிய செவ்வாயால் பார்க்கப்படுவதால் ஜாதகன் நல்ல குடும்பத்தில் பிறந்த போதும், பிறந்த திதி தோஷத்தால் இவன் பிறந்த பின் இவன் குடும்பம் நாளுக்கு நாள் சீரழிந்து கொண்டே போனது.

4. இந்த கடக லக்னத்துக்கு 9அம் இடமாக பிதுர் ஸ்தானாதிபதி குரு திதி சூன்ய இராசியான சிம்மத்தில்

பகை பெற்று இருப்பதும், பிதுர் காரகனாகிய சூரியன் திதி சூன்ய இராசியான பிதுர்காரகனாகிய மேஷத்தில் உச்சம் பெற்று திதி சூன்ய கிரஹமான செவ்வாயால் பார்க்கப்படுவதால் அந்த ஜாதகன் தகப்பனுடன் சண்டையிட்டு கொண்டு விரோதியாக உள்ளான்.

5. கல்வி ஸ்தானத்தை (வித்யா ஸ்தானம் ஆகிய 4மிடம்) திதி சூன்ய கிரஹமாகிய சூரியன் பார்ப்பதால் கல்வி அறிவு குறைவு.

6. தொழில் ஸ்தானமாக 10அம் இடமாகிய மேஷ ராசி திதி சூன்யமடைந்து, அதில் உள்ள திதி சூன்ய கிரஹமான சூரியனை திதி சூன்ய கிரஹமான செவ்வாய் பார்ப்பதால் உத்யோகத்தில் கெட்ட பெயரும் அவமானமும் ஏற்பட்டது.

7. மனைவி ஸ்தானமான 7அம் இடத்தில் திதி சூன்ய கிரஹமான செவ்வாய் உச்சம் பெற்றதால் நல்ல அறிவு, அழகு, படிப்பு உள்ள மனைவி வாய்த்த போதும் அவளின் முரட்டு குணம், அகம்பாவமும் நல்ல தாம்பத்யம் இல்லை. மேலும் அவளுக்கு ஹிஸ்டீரியா நோய் உள்ளதால் இல்லறம் இனிதாக அமையவில்லை.

8. மேற்கூறிய ஜாதகம் அமாவாசை அல்லது பௌர்ணமியில் பிறந்து இருந்தால் நல்ல யோக பலன் கிடைத்து இருக்கும். ஏனெனில் அமாவாசை, பௌர்ணமிக்கு திதி சூன்ய தோஷம் இல்லை.

சூன்யம் என்றால் ஒன்றும் இல்லாதது என பொருள். அல்லது இந்த இடத்தில் அந்த பொருள் இருந்தாலும் அதனால் பயன் இல்லை என கூறலாம். இதை ஒரு உதாரணம் மூலம் விளக்கலாம். ஒருவன் தசமி திதியில் பிறந்து இருந்தால் அவனுக்கு சிம்மம், விருச்சிகம் ஆகிய இரண்டும் திதி சூன்ய இராசிகள் ஆகிறது. சூரியன் செவ்வாய் திதி சூன்ய கிரஹங்கள்.

உதாரண ஜாதகம்: 509

<table>
<tr><td></td><td></td><td></td><td></td></tr>
<tr><td></td><td colspan="2" rowspan="2"></td><td></td></tr>
<tr><td>செவ்</td><td>குரு</td></tr>
<tr><td>ல</td><td></td><td></td><td></td></tr>
</table>

செவ்வாய் - அவிட்டம் 1ல்

குரு - உத்திரம் 1ல்

மேற்கண்ட ஜாதகத்தில் தனுசு லக்னத்துக்கு 5மிடமாக மேஷம் இராசியை (திதி சூன்ய இராசி) திதி சூன்ய கிரஹமான செவ்வாய் 4ம் பார்வையாக பார்வையிடுகிறார். மேலும் புத்திர காரணாகிய குரு திதி சூன்ய இராசியான சிம்மத்தில், திதி சூன்ய கிரஹமான சூரியனுடைய நட்சத்திரமான உத்திரம் 1ம் பாதத்தில் இருப்பதால் இந்த ஜாதகனுக்கு புத்திர ஸ்தானம் சூன்யம் அடைகின்றது.

இதையும் மீறி புத்திரன் கிடைத்தால் அந்த பிள்ளை பைத்தியம் அல்லது அங்கீஹனமாக பிறந்து பிரயோஜனம் இல்லாமல் இருக்கும்.

இதே போன்று பூர்வபுண்ய ஸ்தான பலனையும் அறியலாம். பூர்வ புண்ய சொத்துக்கள் இருக்கும். ஆனால் ஜாதகனை அனுபவிக்க விடாது.

அடுத்து உதாரண ஜாதகம்: 510

	செவ்		ல

மேற்கூறப்பட்டுள்ள ஜாதகன் தசமி திதியில் பிறந்ததாக வைத்து கொண்டால் சிம்மம், விருச்சிகம் ஆகியவை திதி சூன்ய இராசியாகிறது. செவ்வாயும், சூரியனும் திதி சூன்ய கிரஹங்கள். இந்த ஜாதகத்தில் செவ்வாய் கேதுவின் நட்சத்திரமான அஸ்வினியில் சஞ்சரித்தால் சூன்ய பலனை தராது. திதி சூன்ய தோஷத்தால் மிதுன லக்னத்துக்கு 11ம் பாவத்துக்குரிய பலன்கள் விருத்தியான பலனை தராது. தொழிலில் இலாபம் இருக்காது மூத்த சகோதரனுக்கு நற்பலனை தராது.

ஆனால் இதே 11ம் பாவமான மேஷ இராசியில் அல்லாமல் கடக ராசியில் செவ்வாய் இருந்தால் நீசமாகி விடுகிறார். ஆகவே செவ்வாய் திசை, அல்லது மற்ற திசைகளில் செவ்வாய் புத்தி நடக்கும் காலங்களில் நல்ல பலனை கொடுப்பார்.

இதே செவ்வாய் மகரத்தில் திதி சூன்ய கிரஹமான சூரியனின் உத்திராடம் 1ம் பாதத்தில் இருந்தால் கொடிய பலனை அளிப்பார்.

திதி சூன்யம் அடைந்த கிரஹம் கேது அல்லது இராகுவின் நட்சத்திரத்தில் இருந்தால் கெடுபலனை தரமாட்டார்கள். சிலருக்கு இதுவே பல நல்ல யோக பலனை தரும்.

திதி சூன்ய இராசியில் ஒரு கிரஹம் நின்று திசையை நடத்தினாலோ அல்லது ஒரு திதி சூன்ய கிரஹம் இருந்து அந்த பாவம் கெட்டு விட்டாலோ அந்த கிரஹத்தின் திசை நடக்கும் காலம் முழுவதும் அந்த பாவத்திற்குரிய துன்பம் வந்து சேரும்.

என்னுடைய 25 வருட கால ஜோதிட அனுபவத்தில் என் குருநாதர் மதிப்புக்குரிய திரு. S.R. வெங்கடசுப்ரமணிய ஐய்யர் அவர்களின் அறிவுரைப்படி பிள்ளைகளை திருச்செந்தூர் முருகனுக்கு காணிக்கையாக கொடுத்து மீண்டும் முருகனிடமிருந்து தத்து எடுக்கும்போது அந்த ஜாதகனின் பல தோஷங்கள் அடிபட்டு போகின்றது என்ற உண்மையை கண்டறிந்தேன். அப்படி அவரின் அறிவுரை மூலம் தத்து கொடுத்த ஒரு ஜாதகம் கீழே கொடுக்கப்பட்டுள்ளது.

உதாரண ஜாதகம்: 511

	ரா	ல / மா	
பு சந் குரு சுக்	இராசி		
சூரி			
	சனி செவ்	கே	

		ல /	சந்
	அம்சம்		ரா
கே			
	பு குரு சனி சுக்	செ	சூரி

பிறந்த திதி: திரிதியை

திதி சூன்ய இராசி: மகரம்/சிம்மம்

திதி சூன்ய கிரஹம்: சனி/சூரியன்

இந்த ஜாதகனின் திதி சூன்ய கிரஹமான சனி பகவான் 30.12.1993லிருந்து சனி திசையை நடத்துகிறார். இந்த ஜாதகன் B.E. முடித்து ஒரு சாப்ட்வேர் நிறுவனத்தில் வேலை செய்கிறார். தொழில் ஸ்தானமான 10மிடம் திதி சூன்ய இராசியாக இருந்தும் தொழில் அமைந்தது. இவை அனைத்துக்கும் காரணம் ஜாதகனை இளம் வயதில் திருச்செந்தூர் முருகனுக்கு காணிக்கையாக கொடுத்து தத்து எடுத்தது தான். சிற்சில முரண்பாடுகளையும், துன்பங்களையும் ஜாதகனுக்கு கொடுத்தாலும் கடைசியில் வெற்றி பெற்றுள்ளான்.

திரு நஜன் அவர்களின் "திதி நித்யா" என்ற நூலில் உள்ளபடி ஒவ்வொரு திதிக்கும் உரிய தேவதையை வணங்கினாலும் திதி சூன்ய கிரஹமாக உள்ள கிரஹத்தின் தேவதையை வணங்கினாலும் திதி சூன்ய கிரஹத்தின் பாதிப்பிலிருந்து விடுபடலாம்.

திதியைப்பற்றிய சில விஷேஷ குறிப்புகள்:

1. தேய்பிறை சதுர்த்தசியில் சகுணி, நாகவம், சதுஷ்பாதம், கிம்ஸ்துக்னம் ஆகிய கரணங்கள் வருவதால் இந்த திதியை சுப காரியங்களுக்கு விலக்க வேண்டும்.

2. சுபநிகழ்ச்சிகளுக்கு பஞ்சமி, ஏகாதசி திதிகளை தவிர்க்கவும்.

3. துவிதியை/திரியோதசி திதியில் பிறந்தவர்கள் லலிதா சகஸ்ரநாம பூஜை, துர்க்கை, பத்ரகாளி வழிபாடு நல்ல பயன் தரும்.

4. பெண்ணின் ருதுவான திதிக்கும் குழந்தை பிறப்புக்கும் சம்பந்தம் உண்டு. துவிதியை திதியில்ருது ஆனால் வீட்டில் 1 வருடம் துவிதியை திதியில் (வளர்பிறை தேய்பிறை) பஞ்சமுக விளக்கில் பசு நெய் தீபம் ஏற்றி வழிபட வேண்டும்.

நவமி, தசமி திதியில் ருது ஆவது சிறப்பல்ல. கணவனுடன் சேர்ந்து வாழ முடியாத சூழ்நிலை ஏற்படும். கணவனுக்கு

அடிக்கடி தொழில் இடமாற்றம் இருக்கும், அல்லது வெளிநாட்டில் கணவனுக்கு வேலை. இப்படி ஏதாவது ஒரு காரணத்தால் கணவனுடன் சேர்ந்து வாழமுடியாத சூழ்நிலை. இவர்கள் தெய்வ திருக்கல்யாணம், இறைவனுக்கு அபிஷேகம் ஆகியவற்றை தரிசிக்க வேண்டும்.

பொதுவாகவே பெண்கள் தாங்கள் ருது ஆன திதி அன்று வில்வ மரத்துக்கு நீர் ஊற்றி 11 நெய் தீபம் ஏற்றி 11 முறை வலம் வருவது சிறப்பு. இவ்வாறு 12 திதிகளுக்கு செய்யவும்.

1. ஏகாதசி திதியில் செய்யக்கூடியவையும் செய்யகூடாததும் வழிபாடுகளும்.

ஏகாதசி திதியில் பிறத்தவர்களுக்கு சுக்கிர தோஷம் உண்டு. மற்றவர்களுக்கு விட்டு கொடுத்து போகும் குணம் உடையவர். ஏணிபடியாக நின்று மற்றவர் வாழ்க்கையின் முன்னேற்றத்தற்கு உதவுவார்கள்.

ஏகாதசி திதியில் திருமணம் செய்வதை தவிர்க்கவும். கோ பூஜை, சயன பெருமாள் பாததரிசனம் செய்வது சிறப்பு.

ஏகாதசி திதியில் பிறந்தவர்கள் இந்த திதியில் துலாபாரம் கொடுப்பது திருமணத்தடை நீங்கவும், குழந்தை பாக்கியம் பெறவும் வழி கிடைக்கும். ஏகாதசி அன்று பெருமாளுக்கு செண்பக மலர் சாற்றி விஷ்ணு சகஸ்ரநாமம் கேட்பது சிறந்த பலனை தரும்.

சதுர்த்தசி திதி

இந்த திதியில் பிறந்தவர்களுக்கு தனுசு, மீனம், மிதுனம், கன்னி ஆகிய நான்கு இராசிகளும் திதி சூன்ய இராசிகள். குடும்பத்தார் உற்றார் உறவினர் செய்யும் தவறுகளுக்கு இவர்கள் பொறுப்பு ஏற்க வேண்டிய நிலை ஏற்படும். அதனால் மரியாதையை இழப்பார். இந்த திதியில் பிறந்தவர்களுக்கு குழந்தைகளால் துன்பம். வளர்பிறை சதுர்த்தசியில் பிறந்தவர்

எனில் ஆருத்திரா தரிசனம் செய்வது சிறப்பு. 14 சதுர்த்தசியில் வன்னி மரத்துக்கு ஒரு நெய் தீபம் ஏற்றி 11 முறை வலம் வர வேண்டும். சங்கட ஹர சதுர்த்தி மேற்கு பார்த்த விநாயகர் வழிபாடு நன்மை. தொண்டர்கள் நாயனார் (திருநெல்வேலி) கோவிலில் விநாயகர் வழிபாடு சிறப்பு.

திதிகளும் விதியும் வழிபாடுகளும்:

1. சஷ்டி திதியில் பெரிய மனிதர் சந்திப்பு, திருமணம், புதிய முயற்சி, அரசு சம்மந்தமான வேலை தவிர்க்கவும். சஷ்டிதிதியில் பிறந்தவர்கள் மயிலம், பொரவச்சேரி முருகன் திருவாரூர், எண் கண் முருகன் சஷ்டி திதியில் சென்று வணங்கவும்.

2. ப்ரதமை/துவாதசியில் பிறந்தவர்கள்
   இல்லற வாழ்க்கை சிறப்பாக அமைய மிருத்யுஞ்ஜய ஜெபம் செய்யலாம். எமதர்மர் உள்ள கோவிலில் வழிபாடு. உதாரணம் ஸ்ரீவாஞ்சியம், திருப்பைஞ்ஞீலி வழிபாடு

3. துவிதியை/திரியோதசியில் பிறந்தவர்கள்.
   வாழ்வில் பிரச்சனை தீர: லலிதா சகஸ்ரநாமம் துர்க்கை, பத்ரகாளி வடபத்ரகாளி, பெரிய பாளையத்தம்மன். அவர்கள் பிறந்த திதியில் வணங்கவும்.

4. நவமி/தசமியில் பிறந்தவர்கள்

   (தீ மிதித்தல்) மாவிளக்கு தீபம். அவரவர் பிறந்த திதியில் சென்று வணங்கவும்.

10.
நாமயோகங்கள் தரும் பயன்கள்

விஷ்கம்ப நாம யோகத்தில் திருமணம் நடந்தால் தோல் நோய் பிரச்சனை.

Remedy: திருமணமான நட்சத்திரத்தில் தொழுநோயாளி/ தோல் வியாதி உள்ளவர்களுக்கு 1 வருடம் வஸ்திர தானம்.

வைதிருதி நாமயோகத்தில் திருமணம் ஆனால் திருமண மண்டபத்தில் சம்பந்திகளுக்குள் பிரச்சனை. ரனகள வாழ்க்கை.

Remedy: திருமணம் ஆன நட்சத்திரத்துன்று 11 பசுவுக்கு அகத்தி கீரை 1 வருடம் கொடுக்கவும்.

சூலம் நாமயோகத்தில் பிறந்தவர்கள் திருமணம் ஆனதிலிருந்து சண்டை சச்சரவு. பிரியவும் மாட்டார்கள். வாழ்க்கை போராட்டம்.

Remedy: திருமணமான நட்சத்திரத்தில் ஒரு வருடம் முருகன் அல்லது அம்பாளுக்கு பால் அபிஷேகம் செய்யவும்.

வியாகத நாம யோகத்தில் திருமணம் ஆனால் கணவன் மனைவி இருவருக்கும் மாறிமாறி தொடர் நோய் வரும். பெண்ணுக்கு புகுந்த வீட்டில் துன்பம், கணவனுக்கு மனைவியின் குடும்பத்தால் துன்பம்.

Remedy: திருமணம் ஆன நட்சத்திரத்தில் சிவாலயங்களில் உள்ள பரிவார தேவதைகளுக்கு எண்ணெய் காப்பு சாற்றவும். மாதமாதம் வருடம் நட்சத்திரத்தில்

சாத்தியம் நாம யோகத்தில் திருமணம் ஆனால் அதுவும் 3,5,7 வருடம் காதலித்து திருமணம். திருமணம் ஆனபின் ஒருவரை ஒருவர் அதிகாரம் செய்வார்கள். நான் என்ற அகங்காரத்தினால் பிரச்சனை சண்டை.

Remedy: மாற்று திறனாளிகளுக்கு திருமணம் ஆன நட்சத்திரத்தில் குடை, செருப்பு தானம் செய்யவும்.

வரியான் நாம யோகத்தில் திருமணமானால் பெண் தாய் வீட்டிலேயே அதிகம் இருப்பாள். ஆண் தன் தாயுடனே அதிகம் நேரம் செலவழிப்பான்.

Remedy: திருமண நட்சத்திரத்தில் ஒரு வருடம் ஆஞ்சநேயருக்கு செந்தூரம் சாற்றி வழிபடவும்.

> "மீனாட்சி பஞ்சரத்ன மாலை" தினசரி காலை, மாலை வேளைகளில் தீபம் ஏற்றி படித்தால் கல்வியில் முன்னேற்றம் வரும்.
>
> குழந்தையின் 4,8,12 வது வயதில் ஆயுஷ் ஹோமம் செய்ய வேண்டும்.

11.
முடக்குகிரகமும் பாதிப்புகளும்

முடக்கு இராசி என்கிற புது பார்வையில் ஜோதிடத்துக்குள் வந்தது 2017 ஆம் ஆண்டு. இந்த முடக்கு என்கின்ற விதி பல வருடங்களுக்கு முன்பே பஞ்சாங்கத்தில் உள்ளது, அது பஞ்சாங்கத்தில் லத்தை என்று குறிப்பிட்டு இருக்கும். இதை நம் முன்னோர்கள் சுமார் 50 வருடங்களாகவே பயன்படுத்தி இருக்கின்றனர். ஜாதகத்தில் ஏதாவது ஒரு ராசி முடக்கு இராசியாக இருக்கும். அந்த முடக்கு இராசியின் அதிபதியின் கிரஹம் ஜாதகத்தில் மிகுந்த தடைகளை உண்டாக்கும். முடக்கு ராசி கண்டுபிடிப்பது எளிது.

ஜாதகத்தில் சூரியன் நிற்கும் நட்சத்திரத்திலிருந்து மூலம் நட்சத்திரம் வரை எண்ண வேண்டும். வருகின்ற எண்ணை மீண்டும் பூராடம் நட்சத்திரத்தில் எண்ணி வர எந்த நட்சத்திரம் வருகிறதோ அது முடக்கை குறி காட்டும் நட்சத்திரமாகும்.

உதாரணமாக மீன ராசியில் உத்திரட்டாதி நட்சத்திரத்தில் சூரியன் நின்று, மூலம் நட்சத்திரம் வரை எண்ணினால் 21 எண்ணிக்கை வரும். மீண்டும் பூராட நட்சத்திரத்தில் இருந்து 21வது நட்சத்திரம் அஸ்தம் நட்சத்திரம் வரும். ஆகவே அஸ்தம் நட்சத்திரம் முடக்கை குறிகாட்டும் நட்சத்திரமாகும். அஸ்தம் நட்சத்திரம் நிற்கும் இராசி கன்னி இராசி. கன்னி இராசி அதிபதி புதன். ஆகவே புதன் முடக்கு கிரஹமாகும். முடக்கு நட்சத்திரம் அஸ்தம், அதன் அனுஜென்ம, திரிஜென்ம நட்சத்திரமான திருவோணம், ரோகிணியில் ஒரு கிரஹம் நின்று திசை நடந்தாலும் பாதிப்பை தரும். இந்த அமைப்பு

உள்ள ஜாதகருக்கு சனி, ராகு, கேது அஸ்தம் திருவோணம் ரோகிணியை கடக்கும் போது அது எந்த பாவகமோ அந்த பாவகம் பாதிக்கப்படும்.

ஒரு ஜாதகருக்கு திதி, முடக்கு பரிஹாரம் செய்தும் திருமணம் நடக்கவில்லை அதன் காரணம் ஜாதகருடைய தகப்பனுக்கு 5ம் பாவகம் முடக்கு இராசியாகி அந்த ராசியின் திசை நடந்து கொண்டு இருந்தது.

அதனால் பிள்ளைகளுக்கு ஒரு சுப நிகழ்வை நடத்த முடியவில்லை. அந்த முடக்கு 5ம் பாவகத்துக்கு உரிய வழிபாடு செய்த பின்பு ஜாதகருக்கு திருமணம் நடந்தது.

முடக்கு நட்சத்திரம் எதுவோ அந்த நட்சத்திரத்திற்குரிய கோவிலில் அந்த முடக்கு நட்சத்திர நாளில் சென்று 27 தீபம் ஏற்றி சகஸ்ரநாம அர்ச்சனை செய்ய வேண்டும்.

உதாரணமாக அஸ்தம் முடக்கை குறி காட்டும் நட்சத்திரம் என்றால் சென்னை கோயம்பேடில் உள்ள வைகுண்ட வாச பெருமாள் கோவில் சென்று மேற்க்கூறிய வழிபாடு செய்ய வேண்டும்.

முடக்கு இராசியின் கிரஹம் எந்த பாவத்தில் இருக்கிறதோ அந்த பாவகம் கெட்டுவிடும். மேற்கூறிய உதாரணத்தில் அஸ்தம் முடக்கு. அஸ்தம் நிற்கும் இராசி கன்னி. கன்னி இராசியின் அதிபதி புதன். இந்த புதன் லக்னத்தின் 7மிடத்தில் நின்றால் திருமணத் தடை, திருமணத்துக்கு பின் தம்பதிகளிடையே பிரச்சனை. அதே புதன் லக்னத்தின் 10ம் பாவகத்திலிருந்தால் தொழில் கிடைக்காது. அப்படி தொழில் இருந்தாலும் தொழிலில் பிரச்சனை.

இவை அனைத்துக்கும் உரிய வழிபாடு ஸ்தலம் உண்டு, அங்கு சென்று வழிபாடு செய்தால் தடைகள் நீங்கும்.

முடக்கை குறிகாட்டும் நட்சத்திரம் நின்ற கிரஹத்துடன் நிற்கும் மற்ற கிரஹங்களின் திசா புத்தி காலங்களிலும் தடைகள் இருக்கும். முடக்கு கிரஹகத்துக்குரிய பரிஹார வழிபாடு செய்த பின் முடக்கை குறிகாட்டும் நட்சத்திரத்திற்கு உரிய கோவிலுக்கும் சென்று வழிபாடு செய்ய வேண்டும்.

முடக்கு ராசியை சனிஸ்வரர், ராகு, கேதுக்கள் கடக்கும் காலம் அந்த முடக்கு ராசி லக்னத்தின் எத்தனையாவது பாவமோ அந்த பாவம் கடுமையாக பாதிக்கப்படும். அந்த பாவகத்துக்கு உரிய உடல் உறுப்புகளிலும் பிரச்சனை ஏற்படும்.

சில ஜாதகர்களுக்கு திருமணத் தடை நீங்க முடக்கு, திதி சூன்யம் அவயோகி ஆகியவற்றை தகுந்த வழிபாடுகள் மூலமாக நிவர்த்தி செய்தாலும் திருமணம் தாமதாகும். அப்படிபட்ட ஜாதகரின் தகப்பனாரின் ஜாதகத்தை. ஆராய்ந்தால் தகப்பனாருக்கு 5மிடமான புத்திர ஸ்தானம் முடக்கு இராசியா ஆகி அந்த ராசி கிரஹகத்தின் திசை நடந்து கொண்டு இருக்கும். அப்போது தகப்பனாரின் முடக்கு திசை நிவர்த்தி வழிபாடு செய்தால் ஜாதகருக்கு திருமணத் தடை நீங்கும்.

பரிஹார வழிபாடு செய்வதற்கு 10நாட்கள் முன்பிருந்தே குலதெய்வம் முன்னோர்களை வணங்கி நீங்கள் செய்யும் வழிபாடு நல்லமுறையில் பலன் தர வேண்டும் என பயபக்தியுடன் வேண்டிக் கொள்வது அவசியம். அசைவ உணவை கண்டிப்பாக தவிர்க்க வேண்டும்.

உதாரண ஜாதகம்: 512

<table>
<tr><td>ல /
    XX</td><td></td><td>கே</td><td></td></tr>
<tr><td rowspan="2">சனி
(வ)</td><td rowspan="2" colspan="2"></td><td></td></tr>
<tr><td>X
சு</td></tr>
<tr><td></td><td>ரா
X</td><td>செ
மா</td><td>சந்
பு   சூ
குரு</td></tr>
</table>

முடக்கை குறி காட்டும் நட்சத்திரம் ரேவதி. மீன ராசி, ராசி அதிபதி குரு. லக்னம் முடக்கு. முடக்கு ராசி அதிபதி குரு 7ம் இடத்தில் களத்திர ஸ்தானத்தில், 7மிடத்தில் குருவுடன் முடக்கை குறி காட்டும் நட்சத்திரம் ரேவதியின் கிரஹமான புதனுடன்., இதனால் திருமணத் தடை. லக்னம் முடக்கை நீக்க முறையான பரிஹாரம் மதுரையில் இம்மையில் நன்மை தருவார் கோவிலில் தகுந்த வழிபாடு செய்தால் முடக்கு தோஷம் நீங்கி திருமணம் நடைபெறும்.

உதாரண ஜாதகம்: 513

<table>
<tr><td></td><td>ல / செ</td><td>சூ
சு</td><td>பு</td></tr>
<tr><td rowspan="2"></td><td colspan="2" rowspan="2"></td><td>ரா
XX</td></tr>
<tr><td>X</td></tr>
<tr><td>சந்
கே
மா</td><td></td><td></td><td>குரு
சனி</td></tr>
</table>

நட்சத்திரம்: திருவோணம்

திதி: ஷஷ்டி

இந்த ஜாதகத்தில் 4மிடம் முடக்கு இராசி. 4மிடம் முடங்கி விட்டால் சுகஸ்தானமான. 12மிடமும் எந்த சுகத்தையும் அனுபவிக்க விடாது. 4மிட அதிபதி சந்திரன். முடக்கு ராசி அதிபதி சந்திரனின் நட்சத்திரத்தில் (ரோகிணி) 2மிடமான குடும்பஸ்தானத்தில் சூரியனும், களத்திரகாரகனான சுக்கிரனும் இருந்து குடும்ப வாழ்வை கெடுத்து விட்டனர். முடக்கை குறி காட்டும் நட்சத்திரம் பூசம். இது சனிஸ்வரர் நட்சத்திரம். பூசம், அனுஷம், உத்திரட்டாதி நட்சத்திரத்தை சனிபகவான் கடக்கும் காலம் இவருக்கு கடுமையான பாதிப்பை தரும்.

உதாரண ஜாதகம்: 514

ல / XX		கே	
சனி (வ)			
			X சு
சந்	ரா X	செ மா	சூ பு குரு

உத்திராடம் 1ம்பாதம்

முடக்கை குறிகாட்டும் நட்சத்திரம் – ரேவதி

இந்த ஜாதகத்தில் லக்னம் முடக்கு ராசி ஆகிவிட்டது. முடக்கு இராசி அதிபதி கிரஹம் குரு. அவர் 7மிடமான களத்திர ஸ்தானத்தில். திருமணத்தடை, மேலும் அந்த குருவே 10மிடமான தொழில் ஸ்தான அதிபதி. வேலை கிடைக்கவில்லை. லக்னம் முடக்கானால் வழிபட வேண்டிய கோவில் மதுரையில் உள்ள இம்மையில் நன்மை தருவார் கோவில்.

உதாரண ஜாதகம்: 515

<table>
<tr><td></td><td>சூ
செ</td><td>பு சு
மா</td><td>சந்</td></tr>
<tr><td rowspan="2"></td><td rowspan="2" colspan="2">08-05-1981
அவினாசி
01:56 pm</td><td>ரா</td></tr>
<tr><td>ல / மூ</td></tr>
<tr><td>கே</td><td></td><td></td><td>குரு
சனி</td></tr>
</table>

Star: புனர்பூசம்

திதி: பஞ்சமி - மிதுனம் கன்னி

யோகம்: திருதி - Y சுவாதி AY பரணி.

கரணம்: பாலவம் - ராகு

முடக்கு மகம்: சிம்மராசி சூரியன் முடக்கு. 9மிடத்தில் தகப்பனால் நன்மையில்லை. 10மிடத்தில் புதன் மற்றும் 10ம் அதிபதி சுக்கிரன் இருவரும் முடக்கு அதிபதி சூரியனின் Star கிருத்திகையில் அவயோகி பரணி. சுக்கிரன் 10மிடத்தில் புதன் திசை ஆரம்பம். 2014 முதல் தொழில் முடக்கு General Rule கோச்சாரத்தில் 5மிடம் திதி சூன்ய ராசியாக இருந்து OR 5 ல் திதி, முடக்கு கிரஹம் இருந்து பாப கிரஹம் 5மிடத்தை CROSSING தொழில் முடக்கம்.

உதாரண ஜாதகம்: 516

		சந் ரா மா	
			X
ல சூ ப XX	குரு கே	சு சனி	செ

கிருத்திகை 3ம்பாதம்.

முடக்கை குறிகாட்டும் நட்த்திரம் - பூராடம்.

லக்ன புள்ளி பூராடம். லக்னமே முடக்கு ராசி. 7ம் அதிபதி மற்றும் 10ம் அதிபதியான புதன் முடக்கு ராசியில் திதி சூன்ய கிரஹமான சூரியனுடன். 38 வயது வரை திருமணம் ஆகவில்லை. தொழிலும் சரியாக அமையவில்லை. இதுமட்டுமின்றி சுக்கிரன் களத்திரகாரனாகி இராகுவுடைய நட்சத்திரமான சுவாதியில். முடக்கு ராசிக்கு மதுரை இம்மையில் நன்மை தருவார் கோவில் சென்று வழிபடவேண்டும் திருமண தடை விலகினாலும் நல்ல துணைவி அமைய இல்வாழ்க்கை சிறக்க, பணவரவு தடையின்றி இருக்க இவர் நாகர்கோவில் அருகே உள்ள விஜயாபதியில் நவ அபிஷேகம் சுவாதி நட்சத்திரத்தில் செய்தால் திருமணம் விரைவில் நடக்கும், மற்றும் சம்பாத்திக்கும் பணம் வீண் விரயமாகாது.

முடக்கை குறிகாட்டும் நட்சத்திரமும் வைநாசிகத்தை குறி காட்டும் நட்சத்திரமும் ஒரே ராசியாக இருந்தால் முடக்கு

தோஷம் பாதிப்பை தராது. உதாரணமாக முடக்கை குறி காட்டும் நட்சத்திரம் பரணி, வைநாசிகத்தை குறிகாட்டும் நட்சத்திரம் அசுவனி என்றால் இரண்டுமே மேஷ ராசியில் விழுகிறது. அப்படி இருந்தால் முடக்கு தோஷம் பாதிப்பை தராது.

குரு, சனி, கேது மூவரும் ஒன்றாக இருந்தாலோ அல்லது நட்சத்திர, பரிவர்த்தனையில் இருந்தாலோ depression உள்ள ஜாதகராக இருப்பார். சில சமயம் முழுமையான மூளை வளர்ச்சி இல்லாதவராகவும் இருக்க வாய்ப்பு உண்டு. பொதுவாக இப்படிபட்ட ஜாதகத்தில் குரு அல்லது சனி முடக்கு கிரஹமாக இருக்கும். முடக்கு தோஷத்தை நிவர்த்தி செய்து பின் குரு அல்லது சனீஸ்வரனின் ஸ்தலத்துக்கு சென்று சிவனுக்கு ருத்ர அபிஷேகம், ருத்ர ஜெபம் செய்தால் தகுந்த மருத்துவம் கிடைத்து படிபடியாக இயல்பு நிலைக்கு திரும்ப முடியும்.

ஜாதகத்தில் உள்ள தோஷங்கள் என செவ்வாய் தோஷம், சர்ப்ப தோஷம் என்பதை பார்க்கும் ஜாதகர்கள் முதலில் முடக்கு தோஷத்தை அதற்குரிய கோவிலில் சரியான நட்சத்திரத்தில் வழிபாடு செய்து நிவர்த்தி பெறுவது அவசியம்.

முடக்கு கிரஹம், முடக்கு இராசியைப் பற்றி 25% சதவீதம் தான் எழுதியிருக்கிறேன். அடுத்த பதிப்பில் மேலும் விரிவான விளக்கத்துடன் எழுத இருக்கிறேன்.

> ஜாதகம், பரிஹாரம் இறைவழிபாடு இவை
> அனைத்திலும் வெற்றி பெற முடியாதவர்கள்
> ஜீவசமாதியை நாடி செல்லுங்கள்.

12.

யோகி அவயோகி

இராசிக்கு உரிய கல்லை சரியானதாக தேர்ந்து எடுக்க வேண்டும். கீழே உதாரண ஜாதகம் கொடுத்து உள்ளேன்.

உதாரண ஜாதகம்: 517

<table>
<tr><td>சூரி பு
குரு</td><td>சந்</td><td></td><td></td></tr>
<tr><td rowspan="2">சுக்
ரா

ல</td><td colspan="2" rowspan="2"></td><td></td></tr>
<tr><td>கே</td></tr>
<tr><td></td><td></td><td>செவ்</td><td>சனி</td></tr>
</table>

பொதுவாக பார்த்தால் மேஷ இராசியில் இவருக்கு பவழம் ராசிக்கல் என கூறுவார்கள். இது சரியல்ல. ஒவ்வொரு ராசிக்கும் பாதகத்தை தரக் கூடிய ராசி (ஸ்தானம்) உண்டு. அதன்படி பாதகஸ்தானம் கீழே தரப்பட்டுள்ளது.

ராசி	பாதகராசி
மேஷம்	கும்பம்
ரிஷபம்	மகரம்
மிதுனம்	தனுசு

ராசி	பாதகராசி
கடகம்	ரிஷபம்
சிம்மம்	மேஷம்
கன்னி	மீனம்
துலாம்	சிம்மம்
விருச்சிகம்	கடகம்
தனுசு	மிதுனம்
மகரம்	விருச்சகம்
கும்பம்	துலாம்
மீனம்	கன்னி

உதாரண ஜாதகத்தில் லக்னம் மகரம். இதன் பாதக ராசி விருச்சகம், மேஷம், விருச்சகம் இரண்டிற்கும் அதிபதி செவ்வாய். இராசி கல் பவளம். ஆக மகர லக்னத்திற்கு பாதக ராசியான விருச்சகராசி அதிபதி செவ்வாயின் இராசி கல் பவளத்தை (ஏனெனில் மேஷ ராசியாய் இருந்தால் பவளம்) இவர் அணிந்தால் பாதகமான பலன்கள் ஏற்படுமே அன்றி நற்பலன்கள் வராது.

இவருக்கு ஏற்ற இராசி கல்லை எப்படி நிர்ணயிப்பது? இவருடைய ஜாதகத்தில் சூரியன் பெற்ற பாகை (Degree) + சந்திரனின் பாகை (Degree) + 93.20 கூட்டி வருகின்ற தொகையில் 360° டிகிரியை கழிக்க வேண்டும். அதாவது ஒரு இராசிக்கு 30 டிகிரி என்று 12 ராசிக்கு 12 x 30 = 360° டிகிரியாகும். இவரின் ஜாதகப்படி

சூரியன்	345.08 டிகிரி
சந்திரன்	22.41 டிகிரி
	+93.20
	461.09
	(-) 360.00
	மீதி 101.09

இந்த 101.09 டிகிரியை மேஷத்திலிருந்து ஒரு இராசிக்கு 30° டிகிரி வீதம் கழித்து வர மேஷம் முதல் மிதுனம் வரை 90° டிகிரி போக 101.09 - 90 11.09 டிகிரி. இதில் கடகத்தில் உள்ள புனர்பூசம் 4ம் பாதம், பூசம், ஆயில்யம் 4 பாதங்கள் ஆகியவற்றில் எதில் 11.09 டிகிரி வருகின்றது என பார்த்தால் பூசம் 2ம் பாதத்தில் 11.09 டிகிரி வருகின்றது. ஆகவே இவரின் பிறந்த யோக நட்சத்திரம் பூசம். இது சனீஸ்வரரின் நட்சத்திரம். ஆகவே இவரின் இராசி கல் நீலம். இந்த கணக்கில் வந்த டிகிரியுடன் 180° டிகிரியை (அதாவது நேர் எதிர் நட்சத்திரம்) கூட்ட வரும் 101.09 + 180 = 281.09தை மேஷ ராசியிலிருந்து 30° டிகிரியாக கணக்கிட்ட மகர ராசியில் திருவோணம் 2ம் பாதத்தில் விழும். ஆகவே இவரின் அவயோகி நட்சத்திரம் திருவோணம் இந்த ராசிக்காரர் முத்து அணிவதை தவிர்க்க வேண்டும்.

துரதிஷ்டவசமாக இந்த ஜாதகரின் (மகர) லக்னம் திருவோணம் நட்சத்திரத்தில் உள்ளது. சுகஸ்தானமான 4ம் இடத்தில் சந்திரன் (அவயோகி). ஆகவே இவர் பிறந்தது முதல் சுகம் என்பதையே அனுபவிக்க முடியவில்லை. படிப்பில் தடை. ஆனால் இவரின் மகர லக்ன அதிபதி சனிபகவான் 9ம் இடமான பாக்யஸ்தானத்தில் இருப்பதால் விடாமுயற்சியினாலும் இறை பக்தியினாலும் ஒவ்வொரு தடையையும் சிரமத்துடன் தகர்த்து எறிந்து இன்று நல்ல நிலையில் இருக்கிறார். ஆகவே இராசி கல்லை தேர்ந்து எடுப்பதில் மிகுந்த கவனம் தேவை. உங்கள் ஜாதகத்தையும் இதேபோல் ஆராய்ந்து பார்த்தால் உங்களின் யோக நட்சத்திரம், மற்றும் அவயோக நட்சத்திரம் எதுவென தெரிந்து கொள்ளலாம். அவயோகி நட்சத்திர கிரஹம் எந்த இராசியில் இருக்கிறதோ அந்த பாவம் ஜாதகருக்கு நற்பலனை தராது. உதாரண ஜாதகத்தில் திருவோணம் அவயோகி. அதன் கிரஹம் சந்திரன். இராசி கட்டத்தில் லக்னத்துக்கு 4ம் இடத்தில் இருப்பதால் தாயாரால் நன்மை இல்லை. 4ம் இடம் வீடு வண்டி வாகன யோகத்தை குறிக்கும். இவருக்கு சொந்த வீடு இல்லை. 7ம் இட அதிபதியாக இருப்பதால் (7ம் இடம் கடகம்/சந்திரன்

அதிபதி) இல்லற வாழ்வில் கருத்து வேற்றுமை. தொழில் ஸ்தானமாகிய பத்தாமிடத்தில் மகர லக்ன பாதகாதிபதி செவ்வாயை அவயோகிசந்திரன்பார்த்தால் அரசாங்கபதவியில் இடையூறு ஏற்பட்டு பல வருடம் வேலையின்றி இருந்தார். இதற்கு பரிஹாரம் அவயோகி கிரஹத்தின் அதி தேவதைக்கு தொடர்ந்து அர்ச்சனை அபிஷேகம் செய்வதுதான்.

உங்களுடைய ஜாதகத்தில் யோகி அவயோகியை கண்டுபிடிக்க மேலும் ஒரு எளிய வழி கீழே கொடுக்கப்பட்டுள்ளது. உங்களுடைய ஜாதகத்தை பார்த்தால் நீங்கள் எந்த நாம யோகத்தில் பிறந்துள்ளீர்கள் என்பது தெரியும். அதை வைத்து உங்களுடைய யோகமான நட்சத்திரத்தையும் அவயோகமான நட்சத்திரத்தையும் கண்டு பிடிக்கலாம்.

நாமயோகம்	யோகி	அவயோகி
1. விஷ்கம்பம்	பூசம்	திருவோணம்
2. பிரிதி	ஆயில்யம்	அவிட்டம்
3. ஆயுஷ்மான்	மகம்	சதயம்
4. செளபாக்யம்	பூரம்	பூரட்டாதி
5. சோபனம்	உத்திரம்	உத்திரட்டாதி
6. அதிகண்டம்	அஸ்தம்	ரேவதி
7. ஸுகர்மம்	சித்திரை	அசுவனி
8. திருதி	சுவாதி	பரணி
9. சூலம்	விசாகம்	கிருத்திகை
10. கண்டம்	அனுஷம்	ரோஹிணி
11. விருத்தி	கேட்டை	மிருகசிரீஷம்
12. துருவம்	மூலம்	திருவாதிரை
13. வியாகாதம்	பூராடம்	புனர்பூசம்
14. ஹர்ஷனம்	உத்திராடம்	பூசம்
15. வஜ்ரம்	திருவோணம்	ஆயில்யம்
16. ஸித்தி	அவிட்டம்	மகம்
17. வ்யாதிபாதம்	சதயம்	பூரம்

நாமயோகம்	யோகி	அவயோகி
18. வரியான்	பூரட்டாதி	உத்திரம்
19. பரீகம்	உத்திரட்டாதி	அஸ்தம்
20. சிவம்	ரேவதி	சித்திரை
21. சித்தம்	அசுவனி	சுவாதி
22. சாத்யம்	பரணி	விசாகம்
23. சுபம்	கிருத்திகை	அனுஷம்
24. சுப்ரம்	ரோஹிணி	கேட்டை
25. பிராம்மம்	மிருகசீரிஷம்	மூலம்
26, மாஹேந்திரம்	திருவாதிரை	பூராடம்
27. வைதிருதி	புனர்பூசம்	உத்திராடம்

உதாரணமாக திருதி நாம யோகத்தில் பிறந்தவர்களுக்கு பரணி நட்சத்திரம் அவயோகி. இவர்கள் துலாம் அல்லது ரிஷப ராசியில் பிறந்திருந்தால் சுக்கிரன் இவர்களின் இராசி அதிபதி என்பதால் "வைரம்" என்ற நவரத்தின கல் பதித்து மோதிரம் அணிந்தால் பிரச்சனைகளை சந்திப்பார்களே அன்றி நன்மை பயக்காது. "திருதி" நாம யோகத்தில் பிறந்தவர்கள் அவர்களின் யோக நட்சத்திரமான "சுவாதி"யின் கிரகமான இராகுவுக்கு உரிய கோமேதக கல்லை அணிந்தால் நன்மை அடைவார்கள்.

அதேபோல் வைதிருதி யோகத்தில் பிறந்தவர்களின் யோகி "புனர்பூசம்" என்பதால் ஸ்ரீஇராமரையும், மற்றும் திருச்செந்தூர் முருகனையும் வணங்கிவர நன்மை அடைவார்கள். இவர்களின் யோகி புனர்பூசம் குருவின் நட்சத்திரம் இவர்கள் மஞ்சள் கனகபுஷ்பவராக கல்லை அணிவதால் பயனடைவார்கள்.

உதாரண ஜாதகம்: 520

பிறந்ததேதி: 21.11.1999

நட்சத்திரம்: அஸ்வினி-4

திதி: சதுர்த்தசி வளர்பிறை

(சூன்யராசிகள்: மீனம், தனுசு, மிதுனம், கன்னி)

யோகம்: வரியான் (யோகி: பூரட்டாதி, அவயோகி உத்திரம்)

வயது 22. (5.11.2022 அன்று)

<table>
<tr><td>X</td><td>சந் குரு
(வ)
சனி (வ)</td><td></td><td>X</td></tr>
<tr><td rowspan="2"></td><td rowspan="2">ராசி
மேஷம்
அஸ்வினி – 4</td><td>ல ரா / மா</td></tr>
<tr><td>மூ
செ கே</td><td></td></tr>
<tr><td>X</td><td>சூ</td><td>பு (வ)</td><td>X
சு</td></tr>
</table>

நடப்பு திசை: சூரிய திசை 26.11.2019 முதல் 2015 வரை

வரியான் நாம யோகத்தில் பிறந்த இந்த ஜாதகருக்கு படிக்கும் கல்லூரியில் சக மாணவர்களால் பிரச்சனை. மன நோயாளியாகவே மாறி கொண்டு இருந்தார். பெற்றோர்களிடமும் கூறவில்லை. அவயோகி சூரியனுக்கு உரிய ஸ்தலம் சென்று வழிபாடு செய்தபின் தற்போது முழுவதும் குணமாகி சந்தோஷமான வாழ்க்கையை வாழுகிறார்.

உதாரண ஜாதகம்: 521

பிறந்த தேதி: 29.07.1998

நட்சத்திரம்: ஹஸ்தம்-4

திதி: வளர்பிறை ஷஷ்டி (திதி சூன்யம்: மேஷம், சிம்மம்)

யோகம்: சித்தம் (யோகி: அஸ்வினி, அவயோகி சுவாதி)

குரு(வ)	சனி	மூ	சு செ
கே	ராசி கன்னி ஹஸ்தம் - 4		சூ பு ரா
ல		மா	சந்

நடப்பு திசை: ராகு 28.10.2007 முதல் 28.10.25 வரை

சஷ்டி திதியில் பிறந்த இந்த ஜாதகருக்கு தற்போது ராகு திசை நடை பெறுகிறது. திருமணம் நிச்சயமாகி நின்று போனது. காரணம் ராகு அவயோகியாகி திசையை நடத்துகிறார் மேலும் முடக்கு ராசி அதிபதி சுக்கிரன் மனைவி ஸ்தானமான 7 மிடத்தில், திதி சூன்யாதிபதி செவ்வாயுடன். அவயோகி கிரஹத்தை வழிபாடு செய்து, பின் முடக்கு திதி சூன்ய வழிபாடு செய்தபின் திருமணம் இனிதே நடைபெற்றது.

உதாரண ஜாதகம்: 522

பிறந்த தேதி: 01.12.1996

நட்சத்திரம்: ஆயில்யம்-3

திதி: ஷஷ்டி(தேய்பிறை) (மேஷம், சிம்மம்)

யோகம்: ஐத்திரம் (யோகி: திருவாதிரை அவயோகி: பூராடம்)

வயது: 24 yrs

<table>
<tr><td>சனி(வ)
கே</td><td>X
மா</td><td></td><td></td></tr>
<tr><td>ல</td><td rowspan="2" colspan="2" align="center">ராசி
கடகம்
ஆயில்யம் - 3</td><td>சந்</td></tr>
<tr><td>மு</td><td>செX</td></tr>
<tr><td>பு குரு</td><td>ல
சூ</td><td>சு</td><td>ரா</td></tr>
</table>

நடப்பு திசை: சுக்கிர திசை 29.01.2011 முதல் 29.01.2031 வரை

பிறந்தது கும்பலக்னம், கும்பம் லக்னமாக வந்தால் நவாம்ச லக்னம் எதுவோ அந்த ராசியை ராசிக்கட்டத்தில் லக்னமாக எடுத்துக் கொள்ள வேண்டும். இந்த ஜாதகிக்கு விருச்சகம் லக்னமாகி கணவன் ஸ்தானாதிபதியும், மற்றும் களத்திரகாரனே சுக்கிரனாகி, அந்த சுக்கிரன் அவயோகி ராகுவின் நட்சத்திரமான சுவாதியில் அவயோகி சுக்கிரன் திசையில் திருமணம் நிச்சயமாகி திருமணம் நின்று போனது. அவயோகியை உரிய ஸ்தலத்திற்கு சென்று வழிபாடு செய்து பின் திருமணம் நடந்தது.

உதாரண ஜாதகம்: 523

பிறந்த தேதி: 12.08.1984

நட்சத்திரம்: அவிட்டம்-4

திதி: பிரதமை (தேய்பிறை) திதிசூன்யம் துலாம், மகரம்

யோகம்: சோபனம் (யோகி: உத்திரம் அவயோகி உத்திரட்டாதி)

வயது 38 (01.11.2022 அன்று)

<table>
<tr><td></td><td>மு</td><td>ரா</td><td></td></tr>
<tr><td>சந்</td><td rowspan="2">ராசி
கும்பம்
அவிட்டம் - 4</td><td>சூ</td></tr>
<tr><td>பு (சு)</td></tr>
<tr><td>குரு (வ)
மா</td><td>ல செ / கே</td><td>சனி</td><td></td></tr>
</table>

சோபன நாம யோகத்தில் பிறந்த இந்த ஜாதகிக்கு தற்போது 9.11.2019 முதல் அவயோகி சனீஸ்வரர் திசை நடக்கிறது. மேலும் சனீஸ்வரன் திதி சூன்யாதிபதி ஆகும். பாவக ரீதியாக 10ம் அதிபதி சந்திரன் லக்னத்தின் 3மிடத்தில் அவயோகி சனீஸ்வர் வீடான மகரத்தில் 10ம் பார்வையாக சனி பகவான் 10 மிடத்தை பார்க்கிறான். 7ம் அதிபதி சுக்கிரனும் பாவக ரீதியாக 10மிடத்தில் திதிசூன்ய கிரஹமான சூரியனுடன். 38 வயது வரை திருமணம் நடக்கவில்லை. அவயோகி சனி பகவான் திசை ஆரம்பித்த பின்பு தொழிலிலும் பிரச்சனை. அவயோகி மற்றும் திதி சூன்யாதிபதிக்கு உரிய வழிபாடு செய்த பின்பு தொழிலில் பிரச்சனை நீங்கியது மட்டுமல்லாமல் இவளுக்கு ஏற்ற வரன்களும் வந்து கொண்டு இருக்கிறது.

உதாரண ஜாதகம்: 524

பிறந்ததேதி: 21.04.1978

நட்சத்திரம்: ஹஸ்தம்-1

திதி: திரையோதசி (வளர்பிறை)

சூன்யராசிகள்: (ரிஷபம்,சிம்மம்)

யோகம்: வியாகதம் (யோகி, பூராடம், அவயோகி புனர்பூசம்)

வயது 44 (5.11.2022)

<table>
<tr><td>பு (வ) கே</td><td>சூ சு</td><td>X
ல மா</td><td>குரு</td></tr>
<tr><td></td><td rowspan="2">ராசி
கன்னி
ஹஸ்தம் - 1</td><td></td><td>செ</td></tr>
<tr><td></td><td></td><td>மு
சனி (வ)
X</td></tr>
<tr><td></td><td></td><td></td><td>சந் ரா</td></tr>
</table>

வியாகாத நாம யோகத்தில் பிறந்த இவருக்கு குரு அவயோகி. தற்போது 22.07.2012 முதல் குருதிசை அவயோகி திசை. 4 மிடம் முடக்கு மற்றும் திதி சூன்யராசி. 02.06.2020 முதல் குரு திசையில் சுக்கிர புத்தி. அந்த சுக்கிரன் முடக்கு கிரஹமான சூரியன் நட்சத்திரம் கிருத்திகையில். மேலும் இரு திதி சூன்ய கிரஹங்களான சூரியனும் சுக்கிரனும் ஒரே மேஷராசியில். அவயோகி மற்றும் முடக்கு கிரஹம் மற்றும் இருதிதி சூன்ய

கிரஹம் ஒன்றாக இருப்பதற்கு உண்டான உரிய வழிபாடு செய்த பின் வாழ்க்கையில் சிறிது முன்னேற்றம். சிம்மத்தில் சனி இருந்தால் எப்போதும் தொழிலில் பிரச்சனை இருக்கும்.

சிம்மத்தில் சனீஸ்வரர் இருந்தால் சக தொழிலாளர்களால் பாதிப்பு இருக்கும். ஏரி குப்பம் எந்திர சனீஸ்வரர், கூடலையாத்தூர் சனீஸ்வரர், சிறுகுடி, (திருபாம்புரம் அருகே சூட்சமபுரீஷ்வரர் கோவிலில் உள்ள சனீஸ்வரர், மதுரை மேலூர் அருகே திருவாதவூரில் உள்ள சனீஸ்வரர் ஆகிய கோவிலில் ஏதாவது ஒரு கோவிலில் வழிபாடு நன்மை பயக்கும்.

உதாரண ஜாதகம்: 525

பிறந்ததேதி: 04.04.1991

நட்சத்திரம்: கேட்டை-1

திதி: பஞ்சமி (தேய்பிறை) (சூன்ய ராசிகள் மிதுனம்,கன்னி)

யோகம்: வ்யதீபாதம் (யோகி:சதயம் அவயோகி: பூரம்)

வயது: 31 (6.11.2022)

சூ	பு (சு)	மா	ல/செ
			குரு கே
சனி ரா	ராசி விருச்சிகம் கேட்டை - 1		மூ
	சந்		

வ்யாதிபாத நாம யோகம் என்கிற கொடிய அசுப நாமயோகத்தில் பிறந்த இவருக்கு சுக்கிரன் அவயோகி, தற்போது சுக்கிரதிசை 24.01.2015 முதல் நடை பெறுகிறது. அந்த சுக்கிரன் நிற்பது அவயோகியான பரணி நட்சத்திரத்தில். பாவக ரீதியாக 12 மிடம் சென்று முடக்கு கிரஹமான சூரியனுடன் சேர்க்கை. 12ல் மாந்தி அயன சயன சம்போகத்திற்கு தடை. வ்யாதிபாத நாம யோகத்திற்கும் அவயோகிக்கும் முதலில் சென்று வழிபாடு செய்தபின் சற்று வாழ்க்கையில் நிம்மதி.

மேற் கூறிய உதாரண ஜாதகங்களை பார்க்கும் போது ஜாதகத்தில் அவயோகி கிரஹம் அவயோகி திசை எவ்வளவு துன்பங்களை ஜாதகருக்கு தருகிறது என்பது விளங்கும்.

ஒவ்வொரு அவயோகி நட்சத்திரத்திற்கும் வழிபாடு செய்ய தனித்தனி கோவில்கள் உண்டு. அவயோகி என்ன நட்சத்திரமோ அந்த நட்சத்திர நாளில் சென்று அந்த இறைவனை வணங்கினால் அவயோகி நட்சத்திரத்தால் வரும் துன்பம் நீங்கும்.

அவயோக நட்சத்திரத்தின் அனுஜென்ம திரி ஜென்ம நட்சத்திரங்களும் இதே பலனை தரும்.. உதாரணமாக "பூரம்" நட்சத்திரம் அவயோக நட்சத்திரம் என்றால் பரணி, பூராடம் நட்சத்திரமும் அவயோகத்தை தரும்.

அவயோகி கிரகத்தின் திசா, புத்தி காலங்களில் செய்யப்படும் காரியங்கள் தடைபடும், வெற்றி தராது. முக்கியமாக சில ஜாதகர்களுக்கு அவயோகி திசையில் திருமணம் நிச்சியமாகி தடைபெற்று உள்ளது.

13.
மாந்தி

ஜாதகத்தை ஆய்வு செய்யும்போது 9 கிரஹங்களை மட்டும் கணக்கில் எடுத்துக் கொள்வதோடு இல்லாமல் "மாந்தி" என்ற உபகிரகத்தின் நிலையையும் ஆராய்ந்தால் தான் ஜாதகத்தில் உள்ள பிரச்சனை தெளிவாக தெரியும். மாந்தி இருக்கும் ராசி அதிபதி இருக்கும் நிலைமை வைத்து பலன் கூறவேண்டும்.

உதாரணமாக மாந்தியுடன் குரு இருந்தால் வேதங்களில் நம்பிக்கையில்லாதவன், மாந்தியுடன் புதன் இருந்தால் மனோவியாதி. மாந்தி பாதக ஸ்தானத்திலிருந்தாலோ அல்லது 6, 8, 12ல் இருந்தாலோ துர் ஆவிகளால் துன்பம் நேரும். பாதகாதிபதியும் மாந்தியும் சேர்ந்து எந்த இராசியில் இருக்கிறார்களோ அந்த இடம் லக்னத்தில் இருந்த எந்த வீடு (இராசி) என்பதனை வைத்து பிரச்சனையை கூறவேண்டும்.

கீழே கொடுக்கப்பட்டுள்ள ஒரு ஜாதகத்தை ஆய்வுசெய்யவும். இந்த பெண் தன் வீட்டில் மிகவும் முரட்டுத்தனமாக நடந்து கொள்கிறாள். பள்ளிக்கு செல்லவில்லை. அனைவரையும் அடித்து காயப்படுத்தும் குணம். இந்த ஜாதகத்தில் நவாம்சத்தில் புதனுடன் மாந்தி இருப்பது கவனிக்க வேண்டும்.

உதாரண ஜாதகம்: 526

	செவ் கேது	சூரி புதன்	சுக்
சனி	இராசி		
			சந்
	ல	குரு ராகு	

		செ	ராகு
சூரி குரு	அம்சம்		ல
			பு மா
சனி கேது		சு	சந்

நட்சத்திரம் - பூரம்

இந்த ஜாதகத்தில் அம்சத்தில் புதனுடன் மாந்தி இருப்பதால் மனோவியாதி மற்றும் இராசியில் லக்னத்தின் பத்தாம் வீட்டுக்கு அதிபதி சூரியனுக்கு கேத்திரங்களில் கிரகம் இருப்பதால் தாயின் கர்ப்பத்தில் இருக்கும்போதே துர் ஆவியால் பாதிக்கப்பட்டவள் இக்குழந்தைக்கு எவ்வளவோ பூஜைகள், ஹோமங்கள் செய்தும் பலனில்லை. இந்த ஜாதகத்தற்கு உரிய பரிஹாரம்:

1. ஸ்ரீநரசிம்மருக்கு வாரம் தோறும் வியாழக்கிமையில் அர்ச்சனை செய்து அபிஷேக நீரை இவளுக்கு கொடுக்கவேண்டும்.

2. தினசரி வெண்பூசணி லேகியம் அல்லது வெண்பூசணி பர்பி (இனிப்பு பலகாரம் விற்கும் கடைகளில் கிடைக்கும்) கொடுக்க வேண்டும். இவற்றை முறையாக செய்தால் நல்ல பலன் கிடைக்கும். ஹோமம்: அகோர ருத்ரம் மற்றும் மஹா சுதர்சனம்.

ஒரு பெண்ணின் ஜாதகம்

உதாரண ஜாதகம்: 527

<table>
<tr><td>ல</td><td></td><td>ரா</td><td></td></tr>
<tr><td rowspan="2"></td><td rowspan="2" colspan="2">இராசி</td><td rowspan="2"></td></tr>
<tr></tr>
<tr><td>சந்</td><td rowspan="0"></td><td></td></tr>
<tr><td>புதன்
மாந்தி</td><td>சூரி
குரு
கேது</td><td>சுக்
சனி</td><td>செ</td></tr>
</table>

<table>
<tr><td>ல
குரு</td><td></td><td>செவ்</td><td>சந்
பு</td></tr>
<tr><td>சனி</td><td rowspan="2" colspan="2">அம்சம்</td><td>ரா</td></tr>
<tr><td>சூரி
குரு</td><td></td></tr>
<tr><td>சுக்</td><td>மா</td><td></td><td></td></tr>
</table>

மிக நல்ல குடும்பத்தில் பிறந்து சிறந்த கல்வி பயின்று கம்யூட்டர் என்ஜினியராக பணியாற்றுகிறார். இவருடைய இராகு திசையில் ஒரு பையனின் பிடியில் வீழ்ந்தாள் கிட்டதட்ட 7 வருட காலம் அவனால் துன்புறுத்தப்பட்டாள். கடைசியில் என்னிடம் இந்த ஜாதகியை அழைத்து வந்தனர்.

திருவோணம் நட்சத்திரத்தில் பிறந்த இந்த பெண்ணின் ஜாதகத்தில் லக்னத்துக்கு 10ம் இடத்தில் மாந்தி, லக்னத்துக்கு பாதகாதிபதியான புதனுடன் இணைந்துள்ளது. மாந்திக்கு வீடு கொடுத்த குரு 6ம் அதிபதி சூரியனுடன் உள்ளார். மாந்தி நிற்பது சுக்கிரனின் நட்சத்திரமான பூராடத்தில். அந்த மாந்தியை சனியும், செவ்வாயும் பார்க்கிறார்கள். புதன் 7ம் இட அதிபதியும் பாதாகாதிபனும் ஆகி ராகு திசை புதன் புத்தியில் பிரச்சனையில் சிக்கினார்.

இவளுக்கு பரிஹாரம்:

மிகவும் உக்கிரமான காளி அல்லது ப்ரத்யங்கரா தேவிக்கு தொடர்ந்து 8 சனிக்கிழமைகளில் எலுமிச்சை மாலை அணிவித்து ஜாதகி பெயருக்கு அர்ச்சனை செய்து, 9வது சனிக்கிழமை காளிக்கு அபிஷேகம், அர்ச்சனை செய்து நிறைவு செய்யப்பட்டது. நைவேத்யமாக பேரிச்சம்பழமும், தேன் கலந்து படைக்கப்பட்டது. அந்த பையனே அவளை விட்டுவிலகியதுடன், ஜாதகி அவள் குலத்தைச் சேர்ந்தவனை திருமணம் செய்து வெளிநாட்டில் ஒரு குழந்தையுடன் சவுக்கியமாக உள்ளாள்.

ஜாதகத்தை ஆராயும்போது பூர்வஜென்ம தோஷம் மற்றும் மூதாதையர் தோஷம் என்ன என்பதையும் கருத்தில் எடுத்துக்கொள்ள வேண்டும்.

உதாரண ஜாதகம்: 528

பிறந்த தேதி 11.2.1983

திருவோணம் பாதம் 1

யோகம்: வ்யாதிபாதம்

<table>
<tr><td></td><td></td><td></td><td>ரா</td></tr>
<tr><td>செ
சுக்</td><td colspan="2" rowspan="2"></td><td></td></tr>
<tr><td>சூரி
சந் பு</td><td>ல</td></tr>
<tr><td>கேது</td><td>குரு
மா</td><td>சனி</td><td></td></tr>
</table>

இந்த ஜாதகியின் ஜாதகத்தில் மாந்திக்கு வீடு கொடுத்த செவ்வாய் லக்னத்துக்கு 4ம் இடத்துக்கும் 9ம் இடத்திற்கும்

அதிபதி. மாந்தியுடன் 5ம் அதிபதி குரு மற்றும் மாந்தி 6ம் அதிபதியான சனியின் நட்சத்திரத்தில் ஜாதகியின் 25வது வயதில் கருப்பையில் ஒரு சிறிய கட்டி இருப்பது கண்டுபிடிக்கப்பட்டு அறுவை சிகிச்சை செய்ய முற்படும் போது என்னிடம் வந்தார்கள்.

வ்யாதிபாத யோகத்தில் பிறந்ததால் தில ஹோமம் மற்றும் வ்யாதி பாத மாளயத்தன்று சேரன் மாதேவி சென்று பித்ரு சாந்தி செய்து பின் ஜாதகியின் திருவோண நட்சத்திரத்தில் ரிக் வேதத்தில் உள்ளபடி கணபதி ஹோமம் செய்ய வேண்டும். பாசிப்பருப்பு வெல்லம் கலந்து மோதகம் செய்து அதை நெய்யில் சேர்த்து ஹோமத்தில் ஆகுதியாக இட்டு ரிக் வேதத்தில் உள்ள கணபதி மந்திரம் 7000 ஆவர்த்தி ஜெபம், 700 ஆவர்த்தி ஹோமம் 70 ஆவர்த்தி தர்ப்பணம் செய்ய வேண்டும் (ஆவர்த்தி மற்றும் பூஜை முறைகள் ஜாதகத்திற்கு ஏற்ப மாறுபடும்). புரசை சமித்து மட்டுமே பயன்படுத்த வேண்டும். மேற்கூறிய பூஜைகள் செய்த பின் ஜாதகியின் கர்ப பையில் கோளாறு அறுவை சிகிச்சையின்றி நீங்கி இன்று நல்ல முறையில் வாழ்கிறாள்.

உதாரண ஜாதகம்: 529

<table>
<tr><td></td><td></td><td>சுக்
கேது</td><td>சூ பு
சனி</td></tr>
<tr><td>சந்
குரு</td><td rowspan="2">இராசி</td><td colspan="2">செ</td></tr>
<tr><td></td><td>ல</td><td></td></tr>
<tr><td></td><td>ரா</td><td></td><td>மா</td></tr>
</table>

<table>
<tr><td></td><td></td><td>சூரி
குரு</td><td>சந்
மா</td></tr>
<tr><td>செ
ரா</td><td rowspan="2">அம்சம்</td><td></td><td>சுக்</td></tr>
<tr><td>சனி</td><td></td><td>கேது</td></tr>
<tr><td></td><td colspan="2">ல
பு</td><td></td></tr>
</table>

இந்த ஜாதகனுக்கு 34ம் வயது வரை (2008 வருடம் வரை) திருமணம் ஆகவில்லை. லக்னத்துக்கு 2ம் இடத்தில் மாந்தி

இருப்பது குடும்பத்தில் ஆபிசார தோஷத்தை குறிக்கிறது. 4மிடத்தில் உள்ள இராகுவுக்கு வீடு கொடுத்த செவ்வாய் 12மிடமான அயன சயன சம்போக ஸ்தானத்தில் நீசம். மேலும் செவ்வாய் 9மிடத்துக்கு அதிபதியாகி 12ல் பொதுவாகவே பாக்கியாதிபதி (9ம் இடம்) 6, 8, 12ல் இருப்பது தோஷம். 7மிடத்தில் குரு இருப்பது திருமண கால தாமதமாகும்.

பரிஹாரம்: இராமேஸ்வரத்தில் திலஹோமம் (பித்ரு சாந்தி) செய்யவேண்டும். திலஹோமம் செய்யும்போது இந்திராக்ஷி ஸ்தோத்திர மந்திரங்கள் சேர்க்கப் படவேண்டும். பிறகு மஹா கணபதி, நவகிரஹ ஹோமம் செய்தால் திருமணம் நடக்கும் என கூறி ஜாதகரும் அவ்விதமே செய்து திருமணம் நடைபெற்றது.

உதாரண ஜாதகம்: 530

<table>
<tr><td>ல / சந் செ</td><td>ரா</td><td></td><td>சனி</td></tr>
<tr><td>மா</td><td colspan="2" rowspan="2">இராசி</td><td></td></tr>
<tr><td></td><td>குரு</td></tr>
<tr><td>பு சுக்</td><td>சூரி</td><td>கே</td><td></td></tr>
</table>

<table>
<tr><td></td><td></td><td>பு கேது</td><td></td></tr>
<tr><td></td><td colspan="2" rowspan="2">அம்சம்</td><td>செ சு</td></tr>
<tr><td>சனி</td><td></td></tr>
<tr><td>ல சூரி / சந் குரு ராகு மா</td><td></td><td></td><td></td></tr>
</table>

2003ல் பிறந்த இந்த குழந்தைக்கு பேச்சு சரிவர இல்லை. மற்ற குழந்தைகள் போல் சாதாரணமாக இல்லை. முதல் காரணம் சனிபகவான் 10ம் பார்வையாக செவ்வாயை பார்ப்பதும், செவ்வாய் 4ம் பார்வையாக சனிஸ்வரரை பார்வையிடுவதும் தோஷம். பிறந்தவுடன் குழந்தையை

திருச்செந்தூர் முருகனுக்கு தத்து கொடுத்து வாங்கி இருக்க வேண்டும். 12ல் மாந்தியை குரு பார்ப்பது தகப்பனார் வழியில் கர்ப்ப ஸ்த்ரீ மரணத்தை குறிக்கிறது. தாத்தா வழியில் உள்ள இருதார தோஷத்தையும் அதனால் உண்டான தோஷத்தை காண்பிக்கிறது.

குரு மாந்தியுடன் சேர்ந்தாலோ அல்லது குரு மாந்தியை பார்த்தாலோ இவர்கள் குடும்பத்தில் மூதாதையர் வழியில் சமாதி வழிபாடு உள்ளது என்பதை குறிக்கும். இக்குடும்பத்தார் இச்சமாதி இருக்கும் இடத்தை கண்டுபிடித்து வழிபாடு செய்வது உடனடியாக இவர்கள் பிரச்சனை தீர வழியை வகுத்துத்தரும். (இதுவே குருவும் மாந்தியும் ஒன்றாக மேஷம் அல்லது விருச்சகத்தில் இருந்தால் இவர்களுக்கு பிரம்மசாரிய சாது தோஷம் உள்ளது என அறியலாம்). லக்னத்துக்கு 4ம் இடமான புதன் வீட்டில் சனி இருந்தால் மூதாதையர் வழிபட்ட பெருமாள் கோவில் பூர்வீக இடத்தில் இருக்கும். அக்கோவிலை கண்டுபிடித்து வழிபாடு செய்தால் சகல தோஷங்களையும் போக்கும். இக்குழந்தையின் பெற்றோர்களிடையே மனகசப்பு இருக்கும். அதன் காரணமாக இவர்கள் இருவரும் சண்டை சச்சரவுகளுடன் வாழ்வார்கள். இதற்கு பரிஹாரமாக திருச்சி திருவானைக்காவல் ஸ்ரீஅகிலாண்டேஸ்வரி சன்னதியில் உச்சிகால பூஜை செய்து, புனர்பூ விவாஹம் (அதாவது ஏற்கனவே கட்டிய திருமாங்கல்யம் மட்டும் கழற்றி கோவில் உண்டியலில் காணிக்கையாக செலுத்தி, வேறு திருமாங்கல்யத்தை தாலி சரடில் கோர்த்து, அந்த பெண்ணே தன் கழுத்தில் கட்டிக்கொண்டு, பின் கணவன் மனைவி இருவரும் ஸ்ரீஅகிலாண்டேஸ்வரி சன்னதியில் மாலை மாற்றிகொள்ளச் செய்து அன்னதானம் செய்தால், கணவன் மனைவியிடையே இனிமையான இல்லறம் இருக்கும்.

14.
திருமணமும் பெண்களும்

திருமண வாழ்வில் சுகங்கள் என்று பொதுவாக சொல்வோமேயானால் திருமணத்திற்கு பிறகு திருமண வாழ்வு சந்தோஷமானதாகவும், கசப்பில்லாததாகவும் இருப்பதற்காக கடைபிடிக்க வேண்டிய விதிகளையும் அவற்றால் ஏற்படும் ஏற்ற தாழ்வுகளையும் இதில் அடக்கலாம்.

நீதி சாஸ்திரத்திலும், உத்திர காலாமிருதத்திலும் மனைவி என்பவள் எப்படிபட்டவளாக இருக்க வேண்டும் என தெளிவாக உள்ளது. ஆதிசங்கரர் தனது தேவி ஸ்தோத்திரத்தில் சிவனை வர்ணிக்கும் போது "சாம்பலை பூசி விஷமருந்தி, பாம்புகளை மாலையாக அணிந்த ஆடையின்றி பூதகணங்களுடன் திரியும் உன்னை லோகேஸ்வரன் என்று துதிப்பதற்கு காரணம் என் தாய் பார்வதி தேவியை கைப்பிடித்த மஹிமைதான்" என கூறுகிறார். திருமணம் என்ற சடங்கு மனைவி என்பவள் ஒரு ஆணின் வாழ்க்கையில் எவ்வளவு முக்கியம் என்பதை கூறுகிறது.

நித்திய கர்மாக்களையும் சடங்குகளையும் செய்ய மனைவியுடன் இருக்கும் ஆடவனுக்குத்தான் சாஸ்திரப்படி தகுதி உள்ளது. ஒரு பெண் அல்லது ஆணின் வாழ்க்கையில் திருமணம் என்பது முக்கிய திருப்பு முனை. ஒரு ஜாதகன் அல்லது ஜாதகியின் பூர்வ புண்ணியத்தின் அடிப்படையில்தான் அவர்களது திருமண வாழ்வு அமையும்.

இந்தியா ஒரு புராதன நாடு. இங்கு மக்கள் இன்னும் கூடக் கட்டுப்பாடுடன்தான் வாழ்கிறார்கள். 80 சதவீத மக்கள் குடும்ப நடவடிக்கைகளையும் பழக்க வழக்கங்களையும் கடைபிடிக்கிறார்கள். மேலை நாடுகளைப் போல் இந்தியாவில் திருமணம் என்பது வெறும் உடல் உறவுக்காக மட்டும் செய்யப்படும் ஒரு ஒப்பந்தமல்ல. ஒருவன் திருமணம் செய்துகொண்டு கிரஹஸ்தனாக இருந்தால் மட்டும்தான் அவனுக்கு சில தெய்வ காரியங்களையும், விரதங்களையும், யாகங்களையும், நித்ய கர்மாக்களையும் செய்வதற்கு அதிகாரம் இருக்கிறது. தவிர ஒருவன் வம்ச விருத்தி இல்லாமல் இறந்துவிட்டால் அவனுக்கு முக்தியும் மோட்சமும் கிடைக்காது. எனவே கிரகஸ்தாஸ்ரமத்தைக் கடைபிடிக்க வேண்டும். இந்திய நூல்களில் "அமரம்" என்ற மிகப் புராதனமான நூலில் மனைவி என்ற பெயருக்கு 24 பதங்களும், அர்த்தங்களும் கொடுக்கப்பட்டு இருக்கின்றன. வம்சவிருத்தி என்பதும் ஒன்றாகும். இந்திய நாடு தர்மத்தின் அடிப்படையில் செயல்படுகிறது. குடும்பம் என்கிற வாழ்வில் மனைவியும் கணவனும் அந்நியோன்யமாக இருக்க வேண்டும் என்பதே இந்திய பண்பும், பண்பாடுமாகும்.

முகூர்த்த நிர்ணயம், உத்திரகாலமிருதம் போன்ற நூல்களில் ஒரு ஸ்லோகம் உண்டு. அதன் பொருள் என்னவென்றால் இமைக்கும் நேரத்தில் நூறில் ஒரு பாகம் தான் நல்ல முகூர்த்தம் என்று சொல்லப்படும். இப்படிப்பட்ட முகூர்த்தத்தில் சுப காரியங்கள் நடப்பதும் நடத்தப்படுவதும் அவரவர்களது அதிர்ஷ்டத்தைப் பொறுத்து இருக்கிறது.

திருமணம் என்ற புனித நிகழ்ச்சி செய்ய திங்கள், புதன், வியாழன் ஆகிய நாட்களை தேர்வு செய்வது சிறப்பு. வெள்ளிக்கிழமை முகூர்த்தம் எனில் அன்று சாந்தி முகூர்த்தத்தை தவிர்ப்பது நல்லது. வேறொரு நாளில் அதாவது திங்கள், வியாழன் ஆகிய நாட்களில் வைப்பது திருமணவாழ்வு இன்பமாக மகிழ்ச்சியுற்றதாக இருக்கும்.

மேற்கூறிய நாட்களில் அல்லாது மற்ற பொருத்தமற்ற நாட்கள் அல்லது நட்சத்திரங்களில் திருமணம் செய்தாலோ அல்லது ஜாதகப்படி தார தோஷமிருந்தாலோ அந்த தம்பதியினருக்கு 'புனர்பூ விவாஹம் செய்யப்பட வேண்டும். அதாவது அவர்களுக்கு மறு திருமணம். ஆனால் பண்டைய காலத்தில் அறிந்தோ அறியாமலோ ஒவ்வொருவர் வாழ்விலும் 'புனர்பூ விவாஹம்' நடைபெற்று உள்ளது.

திருமண சடங்கில் முக்கியமானது தாலி என்கிற மஞ்சள் கயிறு. இன்றைய நாகரீக உலகில் பெண்கள் கழுத்தில் மஞ்சள் கயிறை காண்பதே அரிது. அந்த கால பெண்கள் கழுத்தில் உள்ள மஞ்சள் கயிறு குளிக்கும்போது தண்ணீர் படுவதாலும் வேர்வையினாலும் கயிறு இற்றுபோகும். ஆகவே ஆறு மாதத்துக்கு ஒரு முறை நல்ல நாள் பார்த்து மஞ்சள் கயிற்றை மாற்றுவார்கள். அப்படி மாற்றும்போது அவர்களை அறியாமல் புனர்பூ விவாஹமாகி விடுகிறது. தற்கால நாகரீக பெண்கள் தங்கத்திலான தாலி சரடில் தாலியை கோர்த்துக் கொள்கிறார்கள். முகத்தில் மஞ்சள் பூசிக் கொள்ளும் வழக்கம் பெண்களுக்கு முற்றிலும் மறந்து விட்டது. அதுபோலவே குங்குமத்துக்கு பதிலாக ஸ்டிக்கர் பொட்டு வைத்து கொள்ளும் வழக்கம் நடைமுறையில் உள்ளது. அம்பாளுக்கு அர்ச்சனை செய்த குங்குமத்தின் சக்தி அளவிட முடியாதது. சுமங்கலி பூஜை அல்லது நவராத்திரி பூஜையில் பெண்களுக்கு மஞ்சள் கயிறு, இரவிக்கை துணி தருவது வழக்கம். அப்படி அவர்கள் வாங்கும் மஞ்சள் கயிறு பூஜை அறையில் சேர்ந்து இருக்கும். அதன் மகத்துவம் தெரிவது இல்லை.

ஒரு வீட்டில் நடந்த சுமங்கலி பூஜையில் பெண்களுக்கு சுடிதார் வகை துணிகளை கொடுப்பதை பார்த்து நான் அதிர்ந்து போனேன். அதை விட அதிர்ச்சியான வருத்தமான விஷயம் என்னவென்றால் கோயிலுக்கு ஜீன்ஸ் பாண்ட், பனியனில் வரும் பெண்கள். உடையில் என்ன இருக்கிறது. உள்ளத்தில் தான் இருக்கிறது என இவர்கள் வாதாடுகிறார்கள்.

திருமணம் மகிழ்ச்சியுடன் இருக்க வேண்டுமானால் நம் முன்னோர்கள் காட்டிய வாழ்க்கை நெறியை பின்பற்றி நடந்தாலே போதுமானது.

திருமணத் தடை நீங்கி நல்ல இனிய இல்வாழ்க்கை அமைய இளம் வயதிலிருந்தே ஒவ்வொருவரும் அவரவருக்குரிய ஜாதக கிரஹ அமைப்புக்கேற்ப வழிபாடு முறைகளை மேற்கொள்ள வேண்டும். சில ஜோதிட நூல்களை படித்துவிட்டு அதில் உள்ளபடி பூஜைகள் செய்தும் நல்ல பலன் இல்லையே என நினைப்பவர்கள் உண்டு. இதற்கு காரணம் நட்சத்திரத்திற்குரிய சரியான அதிதேவதையை வணங்காதது ஆகும். உதாரணமாக சந்திரன் என்றால் திருப்பதி அல்லது திங்களூர் என சென்று வழிபடுவார்கள். இதற்கு பதில் சிவனின் வலது பக்கம் அம்பாள் உள்ள சிவாலயத்தில் அம்பாளுக்கு திங்கள் கிழமைகளில் அல்லது மற்ற நாட்களில் சந்திர ஹோரையில் பூஜை செய்வது நலம் பயக்கும்.

திருமணத் தடை நீங்க பெண்கள் ஆண்டாள் பாசுரத்தில் உள்ள வாரணம் ஆயிரம் பாடல்களை 11 நாள் தொடர்ந்து தினமும் காலை வேளையில் தீபம் ஏற்றி வழிபட திருமணத் தடை நீங்கும்.

பெண்கள் திருமணத் தடை நீங்க வியாழக்கிழமையில் கைகளில் மருதாணி இடவும். வெள்ளிக்கிழமை மாலை 6 மணிக்கு மேல் பெருமாள் கோவிலில் ஜாதகியின் பெயர் நட்சத்திரம், கோத்திரம் கூறி திருமணம் விரைவில் நடக்க வேண்டும் என சங்கல்பம் செய்து தேங்காய் இல்லாமல் அர்ச்சனை செய்ய வேண்டும். இவ்வாறு 8 வெள்ளிக்கிழமை தொடர்ந்து செய்தால் திருமணத் தடை நீங்கி இனிய வாழ்வு அமையும்.

சூரியனும் செவ்வாயும் ஜாதகத்தில் இணைந்து இருந்தால் 27 வயதுக்கு மேல் திருமணம் செய்ய வேண்டும். லக்னத்துக்கு 6ல் குரு பகவான் தனித்தோ அல்லது கேதுவுடன் சேர்ந்தோ

இருந்தால் அந்த ஜாதகியை பெண் பார்த்து விட்டு போகிறவருக்கு திருமணம் உடனே நடக்கும். ஆனால் இந்த ஜாதகிக்கு திருமணம் ஆகாது. உறவினரும் பகைவராவர். இதற்கு பரிஹாரமாக திருச்செந்தூர் ஸ்ரீசுப்ரமணிய சுவாமிக்கு அர்ச்சனை செய்து அக்கோவிலில் 21 சாதுக்களுக்கு அன்னமிட்டு அச்சாதுக்களிடம் விபூதியை வாங்கி தினமும் நெற்றியில் அணிய வேண்டும்.

சூரியன் பரணியிலும், சந்திரன் சித்திரையிலும், செவ்வாய் உத்திராடத்திலும், புதன் அவிட்டத்திலும், குரு கேட்டையிலும், சுக்கிரன் பூராடத்திலும், சனி ரேவதியிலும் கோச்சாரத்தில் இருக்கும்போது திருமணம் சாந்தி முகூர்த்தம் நடைபெறுவதை தவிர்க்க வேண்டும்.

புஷ்பாஞ்சலி

கேரளாவில் இறைவனை வழிபடும் முறைகளில் தீப தூப நைவேத்யத்துடன் புஷ்பாஞ்சலி என்ற பூஜை முறைக்கு அதிக முக்கியத்துவம் தருவார்கள். ஒவ்வொரு புஷ்பத்திலும் ஒரு தேவதை குடியிருக்கும். புஷ்பங்களை நம் விரல்களால் தொட்டவுடன் அவற்றில் உள்ள தேவதை நம் எண்ணங்களை இறைவனுக்கு எடுத்து செல்லும். ஆகவே இறைவனுக்கு கோவில்களில் அர்ச்சனை செய்யும் போது பிளாஸ்டிக் கவர்களில் பூஜை பொருட்களை வைத்து கொடுக்காமல் ஒரு தட்டில் அவற்றை வைத்து புஷ்பங்கள் மீது நம் விரல்களை வைத்து நம் கோரிக்கை நிறைவேற வேண்டும் சங்கல்பம் செய்ய வேண்டும். நம்முடைய கை விரல்கள் மூலமாக நம் எண்ண அலைகள் பூக்களை சென்றடைந்து, அப்பூக்களினால் இறைவனுக்கு அர்ச்சனை செய்யும் போது நம்முடைய கோரிக்கைகள் இறைவனை சென்றடையும்.

திருமணத் தடை நீங்க பூஜையை மேற்கொள்ளும் போது முதலில் அந்த குடும்பத்தில் பிதுர் தோஷம் நீங்கியதா

என்பதைதான் கவனிக்க வேண்டும். பிதுர் தோஷம் இருந்து எவ்வளவு பரிகார பூஜைகள் செய்தாலும் அவை பயனற்று போகும். பிதுர் தோஷ நிவர்த்திக்காக திலஹோமம் செய்யும்போது பிதுர் தோஷம் நீங்க திருமணத் தடை நீங்கி திருமணம் நடைபெற வேண்டும் என சங்கல்பம் செய்ய வேண்டும்.

திருமண முகூர்த்த நாளில் சுக்கிரன் அல்லது செவ்வாயின் 5ம் இடம், 9ம் இடத்தில் கேது இருந்தால் திருமண வாழ்வு முறியும். அதேபோல மணமகளின் பிறக்கும் போது உள்ள தசா கிரஹமும் மணமகன் பிறக்கும் போது உள்ள திசையின் கிரஹமும், மணமக்கள் யாராவது ஒருவரின் ஜாதகத்தில் 6, 8 ஆக அமைந்து இருக்குமேயானால் திருமண வாழ்வில் பிரிவினை ஏற்படும்.

திருமணம் காலதாமதம் ஆவதால் பெற்றோர்கள் கவலைபடுகிறார்கள். முதலில் குழந்தையின் பிறந்த நட்சத்திரத்திற்கு பரிஹாரம் தேவைப்பட்டால் செய்யவேண்டும்.

அடுத்து ஜாதகத்தில் சனி, செவ்வாய் சேர்க்கை அல்லது சனி, செவ்வாய் ஒருவருக்கொருவர் பார்வை இருப்பின் குழந்தையை ஒரு கோயிலுக்கு கொடுத்துவிட்டு பின்பு தத்துவாங்க வேண்டும். இதைதான் அக்காலத்தில் தவிட்டுக்கு குழந்தையை வாங்கியதாக கூறுவார்கள். இதுவும் திருமணத்தடைக்கு ஒரு தோஷநிவர்த்தி.

பெண்ணாக இருந்தால் ஒவ்வொரு வியாழக்கிழமையும் அவசியம் கைகள், கால்களில் மருதாணி வைக்கவேண்டும். முக்கியமாக தொப்புளில் வைப்பது மிகமிக அவசியம்.

திருமணம் என்கிறபோது ஒரு விஷயத்தை கவனிக்க வேண்டும். ஒரு ஆணுக்கு திருமணம் ஆகவில்லை என்றால் அவன் பெண் தெய்வத்தை வணங்க வேண்டும்.

ஒரு பெண்ணுக்கு திருமணம் ஆகவில்லை என்றால் ஆண் தெய்வத்தை வணங்க வேண்டும்.

உதாரணமாக ரேவதி நட்சத்திரத்தில் பிறந்த பெண் திருமணம் ஆக வணங்க வேண்டிய தெய்வம் அருள்மிகு ஸ்ரீநிவாச பெருமாள். ஆறு வெள்ளிக்கிழமை ராகு காலத்தில் பெருமாளுக்கு ரோஜாமாலை அணிவித்து 6 வாழைப்பழம் நைவேத்யம் வெற்றிலை பாக்கு வைத்து ஜாதகியின் பெயர் நட்சத்திரம் கூறி திருமணம் ஆகவேண்டும் என சங்கல்பம் செய்து அர்ச்சனை செய்ய வேண்டும். தேங்காய் வேண்டாம். அனுஷம் நட்சத்திர ஆணுக்கு திருமணத் தடை நீங்க மஹாலக்ஷ்மியை ஆறு வெள்ளிக்கிழமை இராகு காலத்தில் வணங்க வேண்டும். ரோகிணி நட்சத்திர பெண் நவநீத கிருஷ்ணனை வணங்க வேண்டும். நாவல்பழம் நைவேத்யம் சிறப்பு.

ஆனால் இதே அனுஷ நட்சத்திர ஜாதகர் வாழ்க்கையில் திருமணத் தடையை தவிர வேறு பிரச்சனை உள்ளது எனில் அங்காள பரமேஸ்வரியை வழிபடவேண்டும். சதயம் நட்சத்திர ஜாதகர் விஷ்ணு துர்கையை வழிபடவேண்டும். அஸ்தம் நட்சத்திர ஜாதகர்கள் திருமண தடை தவிர மற்ற பிரச்சனைகளுக்கு விநாயகரை வழிபடவேண்டும். பூசம் நட்சத்திர ஜாதகர் காலபைரவரை வழிபடவேண்டும். இப்படி பிரச்சனைகளுக்கு ஏற்றபடி பரிஹாரமும் இருக்கவேண்டும்.

இவை எல்லாவற்றையும் விட முக்கியமானது அவரவர் ஜாதகத்தில் சுக்கிரன் என்ற கிரஹம் கிருத்திகை, மூலம், கேட்டை, திருவாதிரை ஆகிய நட்சத்திரத்தில் இருந்தால் திருமணம் என்பது மிகவும் காலதாமதமாகும். அதற்கு அவர்கள் நட்சத்திர பரிஹாரத்துடன், இந்நூலில், "விஜயாபதியும் நவஅபிஷேகமும்" என்ற கட்டுரையில் உள்ளபடி பரிஹாரம் செய்துகொள்ளவும்.

செவ்வாய்தோஷம் நீங்க அவரவர் ஜென்மநட்சத்திரத்தன்று 18 எலுமிச்சை மாலையை துர்கைக்கு சாற்றி, அவரவர் வயது எண்ணிக்கைக்கு ஏற்ப நெய்தீபம் ஏற்றி (உதாரணமாக 27 வயது என்றால் 27 தீபம்) 27 கொய்யாபழம் நைவேத்யமாக படைத்து அர்ச்சனை செய்து பின் கொய்யா பழத்தை பக்தர்களுக்கு விநியோகம் செய்யவும். தேங்காய் வைக்கக்கூடாது.

இராகுவால் ஏற்படும் திருமணத்தடை நீங்க விஷ்ணு துர்கையை இராகு காலத்தில் 27 கொய்யாபழம் வைத்து ரோஜாமாலை சாற்றி வெற்றிலை பாக்கு வைத்து தேங்காய் இல்லாமல் நட்சத்திரம் கூறி திருமண தடை நீங்க வேண்டும் என 8 செவ்வாய் அல்லது வெள்ளிக்கிழமைகளில் இராகு காலத்தில் அர்ச்சனை செய்யவேண்டும்.

சிவன் கோயிலில் பைரவருக்கு வெண்ணெய் காப்பு சாற்றி மாதுளைபழம் நிவேதனமாக வைத்து அர்ச்சனை செய்தால் திருமண தடை நீங்கும்.

உத்திர நட்சத்திரத்தில் சிவனுக்கு பால் அபிஷேகம் செய்து வில்வமாலை சாற்றி அர்ச்சனை செய்ய திருமண தடை நீங்கும். இவ்வாறு 8 உத்திர நட்சத்திரத்தில் செய்யவும்.

பெருமாள் கோயிலில் கருடபகவானுக்கு தேன் கலந்த பாலை நைவேத்யம் செய்து நெய் தீபம் ஏற்றி வழிபட்டால் திருமணம் விரைவில் கைகூடும். இவ்வாறு 8 சனிக்கிழமை செய்யவேண்டும்.

புனர்பூசம் நட்சத்திரத்தில் பிறந்த பெண்கள் 8 வெள்ளிக்கிழமை ஸ்ரீஇராமபிரானுக்கு ரோஜா மாலை, வெற்றிலைபாக்கு, 6 சீதாப்பழம் வைத்து (தேங்காய் தவிர்க்கவும்) அர்ச்சனை செய்ய விரைவில் திருமணம் கைகூடும்.

திருவோணம் நட்சத்திரத்தில் பிறந்த பெண்கள் திருமணம் காலதாமதமானால் திருவோண நட்சத்திர தினத்தன்று விநாயகருக்கு 9 நெய் தீபம் ஏற்றி வெள்ளெருக்கு மாலை

சாற்றி வழிபடுவதுடன் ஸ்ரீகோதண்ட ராமருக்கு ஆறு வெள்ளிக்கிழமை இராகு காலத்தில் பெயர் நட்சத்திரம் கூறி திருமணத்தடை நீங்க வேண்டும் என சங்கல்பம் செய்து அர்ச்சனை செய்யவேண்டும்.

திருமணத் தடை நீங்க இராகுகால பூஜையின் போது எலுமிச்சை கனியில் விளக்கேற்றாமல் அகல் விளக்கில் தான் தீபம் ஏற்ற வேண்டும். இலுப்பை எண்ணெய் தீபம் சிறந்தது. வாழைப்பழத்தை சிறு துண்டுகளாக நறுக்கி அதில் தேன், பால் கலந்து அதை நிவேதனமாக படைத்து அத்துடன் 8 கொய்யா பழத்தையும் வைத்து லலிதா சஹஸ்ரநாமம் பாராயணம் செய்து வணங்கினால் திருமணத்தடை விரைவில் நீங்கும்.

செவ்வாய் 2, 4, 7, 8, 12ல் இருந்து திருமணத் தடை ஏற்படுமாயின் கைகளில் வியாழக்கிழமை தோறும் மருதாணி வைத்து மறுநாள் வெள்ளிக்கிழமை அம்மனுக்கு அர்ச்சனை செய்யவும். செவ்வாய்க்கிழமைகளில் செண்பக மலரினால் வீரபத்திரருக்கு அர்ச்சனை செய்வது நலம்.

விநாயகருக்கு சிறு சிறு துண்டுகளாய் நறுக்கிய தேங்காயில் சிறிது வெல்லம், தேன் கலந்து படைத்து விநாயகர் மூல மந்திரத்தை 108 முறை தினசரி சொல்லி வர தடை நீங்கி நல்ல வரன் அமையும். கர வீர புஷ்பத்தால் விநாயகருக்கு அர்ச்சனை செய்வது சிறப்பு.

வசதி உள்ளவர்கள் சுயம்வர பார்வதி ஜெப ஹோமம் செய்து திருமணத் தடை நீங்கி இன்புறலாம். ஹோமம் செய்ய முடியாதவர்கள் வீட்டிலேயே சாந்த சொரூபமான அம்பாள் படத்திற்கு தாமரை பூ சாற்றி சுயம் வர பார்வதி ஸ்லோகத்தை படித்து குங்குமத்தால் அர்ச்சனை 48 நாள் செய்ய வேண்டும். அர்ச்சனை செய்த குங்குமத்தை தினசரி நெற்றியில் இட்டுக் கொண்டு வந்தால் திருமண தேடை நீங்கி இனிய நல்லறம் கிடைக்கும்.

வெளிநாட்டில் வேலை பார்க்கும் வரன் வேண்டும் என தம் பெண்களை திருமணம் செய்து கொடுத்து, அதன்பின் வரதட்சணை கொடுமையினால் கொடுமைபடுகின்ற அவல நிலைக்கு பெண்கள் ஆளாவதை பார்க்கின்றோம். வதூ, வரன் ஜாதகத்தில் கேது பகவான் உள்ள நிலையினை நன்கு ஆராய்ந்து இத்தகைய திருமணங்களை செய்வித்தால் வெளிநாடு செல்லும் பெண்களுக்கு பிரச்சனை வராது. இராகுவுக்கு இராகு காலம் போல, கேதுவுக்கு உரிய நேரம் எமகண்டம்.

தம்பதிகளுக்குள் மனகசப்பு ஏற்படுதல், பிரிந்து விவாகரத்து ஏற்படும். சூழ்நிலை உருவானால் சம்வாத சூக்த (ரிக் வேத நூலில் உள்ள) மந்திரத்தை தினசரி தீபம் ஏற்றி படிப்பது நன்மை பயக்கும்.

திருமண தடையுள்ள ஒரு ஜாதகர்/ஜாதகி பல பரிஹாரங்கள் செய்தும் திருமணம் நடைபெறவில்லை எனில் அவர்களின் ஜாதகத்தை ஆராய்ந்தால் சுக்கிரன் என்ற கிரஹம் கிருத்திகை மூலம், கேட்டை, திருவாதிரை ஆகிய இந்த நான்கு நட்சத்திரத்தில் ஏதாவது ஒன்றில் இருப்பதை குறிப்பிட்டு இருப்பார்கள். அப்படி இருந்தால் திருமணம் மிகவும் காலதாமதமாகும். மேற்கூறிய அமைப்பு உள்ள ஜாதகர்/ஜாதகி விஜயாபதியில் நவ அபிஷேகம், அர்ச்சனை செய்ய திருமண தடை நீங்கும்.

பொதுவாக பெண்கள் சந்திரன் அம்சம். வளர்பிறையில் உறுதியுடன் இருப்பார்கள். தேய்பிறையில் மன சஞ்சலத்துடன் இருப்பார்கள். பெண்களுக்கு எளிதான வழிபாடு திருவிளக்கு பூஜை. திருவிளக்கு பூஜையின்போது தமது புருவ மத்திக்கு நேராக தீபம் இருக்கும்படி விளக்கேற்றி மனதை ஒருநிலை படுத்தி பூஜை செய்ய வேண்டும்.

பெண்கள் சவுரி முடியை வைத்து கூந்தலை அழகு படுத்தக்கூடாது. ஏனெனில் வெவ்வெறு விதமான பதிவு

அலைகள் (Negative or Positive) உள்ள பல பெண்களின் தலைமுடி சீராக்கப்பட்டு சவுரிமுடியாக கட்டி விற்பனை செய்கிறார்கள். அதனால் அதில் உள்ள பதிவு அலைகளின் தாக்கம் அதை அணிந்து இருக்கும் பெண்களையும் தாக்கும்.

அடுத்து பெண்களுக்கு விரைவில் திருமணம் செய்ய வேண்டும் என்ற நோக்கில் 23, 24 வயதில் திருமணம் செய்வதும் தவறு. ஜாதகப்படி சில அம்சங்கள் இருப்பின் திருமணம் 27 அல்லது 30 வயதில் நடத்தப்பட வேண்டும்.

சனிபகவான் லக்னத்தை பார்த்தால் திருமணம் 27 வயதுக்குமேல் செய்ய வேண்டும்.

இளம் வயது பெண்களும் சினிமா, டி.வி.யை பார்த்துவிட்டு காதல் என்கின்ற மாயையில் வீழ்ந்து தவறான வலையில் வீழ்ந்து பின் ஆறு மாதங்கள் கழித்து திருமண வாழ்க்கை கசப்பாகி துவண்டு பெற்றோர் மடியில் வந்து வீழ்கின்றனர்.

உதாரண ஜாதகம் : 502

பிறந்த தேதி 4/4/1979 திருவாதிரை 3ம் பாதம்

சூ சந்	சுக் இராகு	ல/	மா
பு வியா	இராசி		
செவ்	சனி	கே	

குரு	மா		பு ரா
சந் சூ	அம்சம்		
கே	சனி		ல

லக்னத்தை சனி பார்த்தால் பெண்ணுக்கு-24, ஆணுக்கு-27 வயதுக்கு மேல்தான் திருமணத்தைப் பற்றி யோசிக்க வேண்டும். லக்னத்துக்கு இரண்டாம் இடத்தில் புதன் வீட்டில் மாந்தி இருப்பது இக்குடும்பத்தில் உள்ள ஆபிசார தோஷத்தை (செய்வினை மாந்திரிகம்) குறிப்பிடுகின்றது. மேலும் மாந்தியை செவ்வாய் பார்ப்பதால் செய்வினை மருந்து உடலினுள் உள்ளது. லக்னத்துக்கு 11ல் சூரியன் இருப்பது மாங்கல்ய தோஷத்தை குறிக்கிறது. நவாம்சத்தில் புதனும் இராகுவும் 10ல் இருப்பது இந்த ஜாதகியின் தகப்பன் வழி பாட்டன் ஒரு பெண்ணுக்கு இழைத்த துரோகத்தை குறிப்பிடுகிறது. இந்த பெண் நன்கு படித்து நல்ல வேலையில் உள்ளார். ஆனால் வேறு மதத்தை சேர்ந்த ஒரு பையனுடன் வீட்டுக்கு தெரியாமல் பதிவு திருமணம் செய்து வெளியூரில் வாழ்ந்து வந்தாள். தற்போது காதல் கணவனால் கைவிடப்பட்டு ஒரு குழந்தையுடன் தனித்து வாழ்கிறார்.

காதல் என்பது ஒரு உடற்சேர்க்கை கேளிக்கையயல்ல. ஒரு புனிதமான கூட்டை உருவாக்கும் பண்பாடு. காதல் பரஸ்பர நம்பிக்கையின் அடிப்படை, ஆதிமூலம். இதை புனிதமான முறையில் உறுதிப்படுத்தினால் வாழ்க்கை உறுதியாயிருக்கும். காதல்வெறி முற்றினால் சாதல்தான் அதன் முடிவு.

தமிழ்நாட்டில் திருமணத்திற்கு வியாழ நோக்கு வரவில்லை என்றும் (குருபலம்) குரு லக்னத்திலிருந்து 2, 5, 7, 9ல் இருந்தால்தான் குரு பலம் வரும் என்றும் கூறுகிறார்கள். இதனால் அநேக திருமணங்கள் தடைபட்டு விடுகின்றன. ஜோதிட ரீதியாக வியாழ நோக்கு அல்லது குரு பலம் என்பது லக்னம், சந்திரன், குரு இருக்கும் வீடு இவற்றிலிருந்து கணக்கிடப்பட வேண்டும். இவற்றில் எதற்கு பலம் அதிகமாக இருக்கிறதோ அந்த இடத்தை குரு பார்த்தாலும், குரு 12மிடத்தில் வந்தாலும், 12மிடத்தைப் பார்த்தாலும் குரு பலம் வந்துவிடும். குரு ஜாதகத்தில் திருமணம் வரை பெற்றோரை பற்றி குறிப்பிடும். திருமணத்துக்கு பின் ஜாதகரின் பிள்ளைகளை

குறிக்கும். எனவே அந்த ஜாதகன் அல்லது ஜாதகிக்கு திருமணம் செய்விக்கின்ற பெற்றோர்களுக்கு, திருமணம் செய்து வைக்கக் கூடிய யோகமான நேரம் வரவேண்டும்.

திருமணம் கால தாமதம் ஆனால் அல்லது திருமணம் தடைபட்டால் பொதுவாக செய்யவேண்டிய பரிஹாரங்கள்

1. கரிநாள் என்பதை பஞ்சாங்கத்தில் பார்த்து அந்நாளில் சிவனுக்கும் அம்பிகைக்கும் அர்ச்சனை செய்யவும்.

2. ஜென்ம நட்சத்திரம் அதாவது பிறந்த நட்சத்திரத்திற்கு உரிய சாந்தியை செய்யவும்.

3. நட்சத்திர அதிதேவதைக்கு அபிஷேக ஆராதனை செய்யவும்.

4. இராகுவால் ஏற்படும் திருமணத் தடை எனில் ஸ்ரீவிஷ்ணு துர்கைக்கு அர்ச்சனை செய்யவும்.

5. செம்பருத்தி தைலம், மருதாணி தைலம் இலுப்பை எண்ணெய் கலந்து இராகு காலத்தில் துர்கைக்கு தீபம் ஏற்றவும்.

6. நாகாபர்ண கணபதிக்கு மூன்றாம் பிறை நாளில் பால் அபிஷேகம் செய்து விநாயகர் கவசம் படித்து பால் பாயசம் நைவேத்யம் செய்து அர்ச்சனை செய்யவும்.

7. மனிதமுக தோற்றத்துடன் கூடிய ஆதிவிநாயகருக்கு மஞ்சள் நிற மலர்களால் அர்ச்சனை செய்து எலுமிச்சை சாதம் நிவேதனமாக படைத்து அர்ச்சனை செய்ய திருமணத்தடை நீங்கும்.

ஆயில்யம், கேட்டை, பூசம், பூராடம் ஆகிய நட்சத்திரத்தில் பிறந்தவர்கள் கண்டிப்பாக நட்சத்திர சாந்தியை "சாந்தி ரத்னாகர்" என்ற நூலில் உள்ளபடி செய்வது அவசியம். குழந்தை பிறந்த முதல் வருடம் ஆயுஷ்ஹோமம் செய்யும்போது இதையும் செய்வது நல்லது.

பெண்களின் மாதவிடாய் கோளாறுகளுக்கு வெள்ளி அல்லது செவ்வாய்கிழமையில் அதிகாலையில் விஸ்வரூப

தரிசனமாக அம்பாளை தரிசித்து பால் அபிஷேகம் செய்து, அபிஷேக பாலை அருந்தி அம்மனை 27 முறை வலம்வந்து அர்ச்சனை செய்ய மாதவிடாய் கோளாறு சரியாகும். சென்னையில் திருவெற்றியூர் வடிவுடை அம்மனும், திருநெல்வேலி அருகே சங்கரன் கோயில் கோமதி அம்மன் ஸ்தலத்திலும் செய்வது மிகவும் சிறப்பு.

நாகதோஷம் என்பது உண்மையில் என்ன என்பது பலருக்கும் குழப்பமான விஷயம். சந்திரனுடனோ அல்லது சந்திரனுக்கு 2ஆம் ராசியிலோ அல்லது லக்னத்திலோ, அல்லது லக்னத்தின் 7 ஆம் இடத்திலோ அல்லது சுக்ரனுக்கு இரண்டிலோ அல்லது 7-ல் ராகு அல்லது கேது இருந்தால் மற்றும் இராகு கேதுவுக்குள் அனைத்து கிரஹங்களும் இருந்தால் சர்ப்ப தோஷம் என கூறி நாக தோஷ பரிஹாரம் காளஹஸ்தியில் செய்கிறார்கள். நாகதோஷம் ஏற்பட காரணம் என்ன? என்பதை சரியாக கண்டுபிடித்து அதற்கான முறையான பரிஹாரத்தை செய்யவேண்டும். நாகத்தை அடிப்பதால் மட்டும் வருவதல்ல நாகதோஷம்.

நல்ல ஒரு பெண்மணியை தவறானவர் என கூறி இழிவுபடுத்துவதும், பசியோடு வந்து பிச்சை கேட்பவருக்கு அளிக்கும் உணவு கெட்டுபோய் இருந்து அவன் மனம் வருந்தினாலும், உடன் பிறந்தவரை, தொழிலில் கூட்டாக இருப்பவரை ஏமாற்றி சொத்தை அபகரித்தாலும், ஒரு பெண்ணை ஏமாற்றினாலும், சாதுக்கள், குருக்களை பழித்தாலும், அடிக்கடி கருச்சிதைவு செய்தாலும் பாவங்கள் கர்மாக்கள் அனைத்தும் நமக்கு சேரும். இதற்கு உண்டான தண்டனையை தருபவர் நாகராஜன். நாம் செய்த கர்மாவுக்கு ஏற்ப நம் ஜாதகத்தில் அது வெளிப்படும்.

உதாரணமாக 9ல் ராகு இருந்தால், அந்த 9ம்-இடம் சுக்கிரனின் ராசியான துலாம் அல்லது ரிஷபமாக லக்னம், 5ம்-இடம், 9ம்-இடத்தில் சூரியனும் ராகுவும் இருந்தால் அது

அக்குடும்பத்தில் பெண் துர்மரணமாகி அந்த ஆத்மா சாந்தி அடையாத பிரேத சாபம் இருப்பதை குறிக்கும்.

இப்படி ஜாதகத்தில் ராகு இருக்கும் இடத்தை வைத்து சர்ப்ப தோஷத்தின் காரணத்தை கண்டுபிடித்து அதற்குரிய சர்ப்பதோஷநிவர்த்திநாகபிரதிஷ்டையை இராமேஸ்வரத்திலோ அல்லது புதுக்கோட்டை அருகே உள்ள பேரையூர் என்ற கிராமத்தில் உள்ள ஸ்ரீநாகநாதசுவாமி திருக்கோயிலிலோ ஹோம சாந்தி வழிபாடுகளை செய்யவேண்டும்.

அமர்ந்த கோலத்தில் உள்ள அம்பிகையை அபிஷேக அர்ச்சனை செய்து சர்க்கரை பொங்கல் நைவேத்யம் செய்து விநியோகம் செய்ய கணவன் மனைவியிடையே சுமுகமான உறவு இருக்கும். அதேபோல் சூரியன் தன் இருதேவியருடன் இருக்கும் சிவன்கோயிலில் அபிஷேக அர்ச்சனை செய்து அன்னதானம் செய்து கோவிலை அடிப்பிரதட்சணம் செய்ய மேற்கூறிய நற்பலன் கிடைக்கும்.

ஒரு ஜாதகத்தில் லக்னத்தின் இரு பக்கமும் அல்லது 7ம் இடத்தின் இருபக்கமும் பாபகிரஹங்கள் இருப்பின் அது பாபகத்திரி என கூறப்படுகிறது. இப்படிப்பட்ட ஜாதக அமைப்பு உள்ளவர்களும், திருமண நாளன்று குறிக்கப்படும் லக்னம் சரியாக அமையாதவர்களும், திருமண வாழ்வில் பிரிவினையை சந்திப்பார்கள். இப்படிப்பட்ட தோஷம் இருந்தாலே ஜாதகத்தில் குழந்தை பாக்கியம் இருந்தும் அவர்களுக்கு குழந்தை பிறப்பது தாமதமாகும்.

இப்படி ஜாதக அமைப்பு உள்ள தம்பதிகள் திருச்சி திருவானைக்காவல் ஸ்ரீஅகிலாண்டேஸ்வரிக்கு அபிஷேகம் செய்து அர்ச்சனை செய்ய தோஷம் விலகும்.

திருமணம் என்ற பந்தம் ஏற்படுவதற்கு முன் ஐ லவ் யூ என்ற மூன்று எழுத்துக்கு அடிமையாகி விடாதீர்கள். என்னுடைய அனுபவத்தில் 100க்கு 2% வெற்றி மட்டுமே காதல்

திருமணத்தில். ஒன்றை அடைவதற்காக இளவயது வேகத்தில் மிகவும் நல்லவர்களாக இதைவிட வேறு எதுவும் வேண்டாம் என்று கூறும் அளவுக்கு காதலிக்கும் நாளில் ஒருவருடைய பழக்க வழக்கம் இருக்கும். அது ஆணாகவும் இருக்கலாம் அல்லது பெண்ணாகவும் இருக்கலாம். திருமணம் ஆன ஒருவருடம் கழித்து தனது கணவன் அல்லது மனைவியின் மறுபக்கத்தை காணும்போது வேதனைப்பட்டு வாழ்க்கையை தொலைத்துவிட்டு நிற்கிறார்கள். உதாரணமாக ஜாதக பொருத்தம் இருந்தும் விவாகரத்து பெற்ற தம்பதியரில் பையனின் ஜாதகத்தில் சுக்கிரனும் சந்திரனும் பரிவர்த்தனை, அதாவது ரிஷப ராசியில் சந்திரனும், கடக ராசியில் சுக்கிரனும். இவ்வாறு சுக்கிரனும் சந்திரனும் தங்கள் வீட்டை மாற்றிக் கொண்டாலும் அல்லது சந்திரன், சுக்கிரனின் நட்சத்திரத்திலும், சுக்கிரன், சந்திரனின் நட்சத்திரத்திலும் இருந்தாலும் அவன் மனைவிக்கு மட்டும் அல்லாமல் யாருடனும் உண்மையாக இருக்க மாட்டான்.

இப்படியும் ஜாதக பொருத்தம் பார்க்கும்போது ஜாதகங்களை தனித்தனியே அலசவேண்டும். சில ஜாதகங்களில் நன்கு ஆராய்ந்து பார்த்தால் மட்டுமே பையனுக்கு ஆண்மை இல்லை அல்லது பெண்ணுக்கு தாம்பத்ய வாழ்வில் ஈடுபாடு இல்லை என்பது புலப்படும். மேலோட்டமாக ஜாதகத்தை பார்த்து பொருத்தினால் இந்த நுணுக்கங்கள் புலப்படாது. திருமணத்துக்குப்பின் இப்படிப்பட்ட ஜாதக பொருத்தங்களால் துன்பப்பட்ட குடும்பங்கள் பல.

இறந்த ஆவிகள் சுத்தமில்லாத பெண்களைப் பற்றிக்கொண்டு ஆடுவதும் பாடுவதும், கணவர்களோடு சண்டைபோட வைத்துச் சூட்சமத்தில் அந்த பெண்களோடு வாழ்க்கை நடத்துவதும் காலங்காலமாக நடந்து வருகின்றது. இதை தவிர்க்க மன அமைதியையும், குடும்ப சுகவாழ்க்கையையும் வழங்குகிறது மஞ்சள். எனவே மஞ்சளைப் பலவகைகளிலும் உபயோகிக்கின்றனர்.

மஞ்சளைப் பிள்ளையார் பிடித்து வழிபடுகின்றனர். தீய ஆவிகள் சாந்தி முகூர்த்தத்தின் போது படுக்கை அறைக்குள் வராமலிருக்க மணமக்கள் இருவருக்கும் மஞ்சள் காப்பு கட்டுகின்றனர். மணமேடையில் மஞ்சள் தோய்த்த ஆடையை உபயோகிக்கின்றனர். திருமாங்கல்ய கயிறும் மஞ்சள்தான். திருஷ்டி படாமலிருக்க மஞ்சள் கலந்த அட்சதையை தூருவுகின்றனர். கணவன் மனைவிக்கிடையே கருத்து வேறுபாட்டிற்கு பெண்கள் இக்காலத்தில் மஞ்சள் தேய்த்து குளிக்காததேயாகும். இதனால் உடலில் எதிர்ப்பு கதிர்வீச்சுக்கள் கூடுதலாகி பெண்களுக்கே உண்டான வசீகர சக்தி மற்றும் ஆகர்ஷண சக்தி குறைகிறது.

இயற்கையான மஞ்சள் பட்டுத் துணியில் மின்சார சக்தி உள்ளது. இரண்டு கைகளுக்கிடையே ஒரு சிறிய மஞ்சள் பட்டுக் கைக்குட்டையை வைத்து என்ன மந்திரம் ஜெபித்தாலும் அம்மந்திரத்தை ஈர்த்துக் கொள்ளும் சக்தி அக்கைக்குட்டைத் துணிக்கு உண்டு. மேலும் உள்ளங்கைகளுக்கிடையே வைத்துக் கொண்டால் நமக்குப் பாதுகாப்பு. நற்காரியங்கள் வெற்றி பெறும். உருவேற்றிய மஞ்சள் கைகுட்டையை நீரில் நனைக்கக்கூடாது. செய்தால் அதன் மந்திர சக்தி போய்விடும். தேவையான மந்திரத்தை உருவேற்றிக் கொள்ளலாம். நாக மஞ்சளை வாயில் ஒதுக்கி மனதிடமுடன் தியானம் செய்ய காணாமல் போன பொருட்கள் தென்படும்.

பெண்கள் ஆகர்ஷண சக்தி வசிய சக்தி பெறவும், மன அழுத்தத்திலிருந்து விடுபட்டு மன அமைதி பெறவும் ஒரு எளிய பானம் தினம் இரவு சாப்பிடலாம். இதை பெண்கள் மட்டும்தான் சாப்பிட வேண்டும். 300 மில்லி பாலை சுடவைக்க வேண்டும். பால் கொதிக்கும்போது அதில் ஐந்து மிளகை தட்டி போடவும். ஒரு கிராம் சுத்தமான விரலி மஞ்சள் பொடியையும் போடவும். இரண்டு பெரிய வெள்ளைப் பூண்டை தோலுரித்து போட்டு கொதித்ததும் இறக்கி இரண்டு ஸ்பூன் பனங்கற்கண்டு

போட்டு கலக்கி இரவு படுக்கும் போது சாப்பிட வசிய சக்தி பெருகும்.

திருமணத்திற்குப் பின் பெண்கள் இல்வாழ்வு நன்கு அமைய கணவனின் வீட்டில் இறந்துபோன கன்னி அல்லது சுமங்கலியை தை வெள்ளி, ஆடி வெள்ளிகளில் மாலை 6 மணிக்கு மேல் வழிபாடு செய்வது நலம். பூஜை முறையை வீட்டில் உள்ள பெரியவர்களை கேட்டு அறியவும்.

தம்பதியிரிடையே மனகசப்பு நீங்க தினசரி மாலை வேளையில் "ஸ்ரீவாராஹி மாலை"யை தீபம் ஏற்றி படித்து வர இல்லறம் இனிதாகும்.

ஒவ்வொருவருடைய ஜாதகத்திலும் நாள், நட்சத்திரம், நாமயோகம், திதி, கரணம் என குறிப்பிட்டு இருக்கும். இதில் நாமயோகம், கரணம், திதி ஆகிய மூன்றும் மிகவும் முக்கியமான பங்கை ஜாதகரின் வாழ்வில் நிகழ்த்துகின்றன.

திருமண நாளை குறிக்கும் போது சில நாமயோகங்களையும் திதிகளையும் தவிர்ப்பது திருமண வாழ்க்கையில் நலம் தரும்.

நாமயோகம்: விஷ்கம்பம், வ்யாதிபாதம், வைதிருதி, கண்டம் அதிகண்டம்.

திதி: சதுர்த்தி, பஞ்சமி, ஷஷ்டி, துவாதசி, சதுர்த்தசி மேற்கூறிய யோகம் மற்றும் திதி உள்ள நாட்களை திருமணத்துக்கு தவிர்ப்பது நன்மை பயக்கும்.

பத்திரை கரணம், சதுஷ்பாத கரணம், நாகவ கரணம் கிம்ஸ்துக்ணம் ஆகிய கரணம் வரும் நாட்களையும் திருமணத்துக்கு தவிர்க்கவும்.

உதாரண ஜாதகம் : 503

செ	7		
		ல	

இந்த ஜாதகிக்கு 7ம் அதிபதி செவ்வாய் 6மிடத்தில். செவ்வாய் தோஷமில்லை. ஆனால் திருமணம் காலதாமதம். காரணம் என்ன?

இந்த ஜாதகி பிறந்தது ஏகாதசி திதி. ஏகாதசி திதிக்கு தனுசு மீனம் ஆகிய இரு ராசிகளும் திதி சூன்யமாகின்றது. 7ம் அதிபதி கணவன் ஸ்தான கிரகம் செவ்வாய் திதி சூன்ய இராசியான மீனத்தில் உள்ளது. அதனால் திருமணம் காலதாமதம். உரிய கோவிலில் வழிபாடு செய்தால் திதி சூன்ய பாதிப்பு விலகி திருமணம் கைகூடும்.

பிறந்த நாம யோகத்தை கொண்டு ஜாதகத்தில் யோகி கிரஹம், அவயோகி கிரஹம் கண்டுபிடிக்கலாம்.

7ம் அதிபதி அவயோகி கிரஹத்தின் நட்சத்திரத்தில் இருந்தால் திருமணம் செய்யும் கணவன் அல்லது மனைவியால் அவயோகம் ஏற்படும். அவயோகியின் திசை நடக்கும்

காலத்தில் திருமணம் நிச்சயத்தால், திருமணம் நின்று போக அதிக வாய்ப்புகள் உள்ளது.

திருமண பொருத்தம் பார்க்கும் போது ஆணின் அவயோக நட்சத்திரம் பெண்ணுக்கு ஜென்ம நட்சத்திரமாக இருக்க கூடாது. அதேபோல் பெண்ணின் அவயோக நட்சத்திரம் ஆணின் ஜென்ம நட்சத்திரமாக இருக்க கூடாது. உதாரணமாக பெண்ணின் அவயோக நட்சத்திரம் ரேவதி என எடுத்துக் கொண்டால் ஆணின் ஜென்ம நட்சத்திம் ரேவதியாக இருக்கக் கூடாது.

அதே போல் பெண்ணின் முடக்கு இராசி அதிபதி மற்றும் முடக்கை குறி காட்டும் நட்சத்திரம் ஆணின் ஜென்ம நட்சத்திரமாக இருக்க கூடாது. இதே போன்று ஆணுக்கும் பார்க்க வேண்டும்.

குழந்தை பிறப்புக்கும் ருதுவுக்கும் நிறைய தொடர்பு உண்டு. ஒரு பெண் ருது ஆகும் காலத்தை அந்த பெண்ணின் தாய் உணர முடியும். ருது ஆன கால கட்டத்தில் தலைக்கு எண்ணெய் தடவாமல் இருக்க கூடாது. அழுக்கு ஆடைகள் அணிவது மற்றும் வெளியிடங்களில் தங்குவது கூடாது. சூரியன் செவ்வாய், சந்திரன் திசா or புத்தி நடக்கும் காலம் ஒரு பெண் ருதுவாகும் காலம் ஆகும். ருது ஆன நாளிலிருந்து 48 நாள் வரையிலும் பெண்ணுக்கு உளுந்தகளி, நல்லெண்ணெய் கொடுக்க வேண்டும். இதனால் கர்ப்பை பலமடையும், ஆனால் இன்றைய கால கட்டத்தில் Fast Food கலாச்சாரம் பெருகிவிட்டது. அதன் காரணமாக 10 to 12 வயதிலேயே பெண் ருதுவாகிறாள். ஒருபெண்ணுக்கு 9 மிடமான கர்ப்பை ஸ்தானம் ஊழ்வினை கர்மாவால் பாதிக்கப்பட கூடாது. இந்த 9 மிடம் சூன்யராசியாகவேோ சூன்ய கிரஹம் அமர்ந்தோ அல்லது 9 மிடம் முடக்கு ராசியாகவோ. முடக்கு கிரஹம் அமர்ந்தோ இருக்க கூடாது. அப்படி இருந்தால் குழந்தை பிறப்பு தாமதமாகும்.

இதை பார்க்காமல் 5 மிடத்தில் ராகு இருந்தால் குழந்தையில்லை என கூறுவது தவறு. 5 மிடத்தில் ராகு உள்ள நிறையபேர் புத்திர பேறு பெற்று இருக்கிறார்கள்.

ஷஷ்டி திதியில் பிறந்த ஆணையும் பெண்ணையும் திருமணம் செய்யக் கூடாது. அப்படி இருந்தால் புத்திரர் இன்மை or புத்திர சோகம் உண்டாகும்.

கீழ் கண்ட நட்சத்திரத்தில் இருக்கும் கிரஹம் ஜாதகரின் ஊழ்வினை கர்மாவை குறிக்கும்.

1. அசுவனி 2. மிருகசீரிடம்

3. திருவாதரை 4. ஆயில்யம்

5. பூரம். 6. அஸ்தம்

7. சித்திரை 8. அனுஷம்

9. மூலம் 10. பூராடம்

11. உத்ராடம் 12. அவிட்டம்

13. பூரட்டாதி 14. உத்திரட்டாதி

உதாரணமாக பூரட்டாதியில் ஒரு கிரஹம் நின்றால் ஸ்திரி சாபத்தை குறிக்கும். அஸ்தம் நட்சத்திரத்தில் நின்றால் குரு சாபத்தை குறிக்கும். அந்த ஊழ்வினை கர்மாவை நிவர்த்தி செய்ய அதற்குரிய கோவிலுக்கு சென்று உரிய வழிபாடு செய்ய வேண்டும்.

காற்று இராசியான மிதுன இராசி முடக்கு இராசியாக ஜாதகத்தில் வந்தால் புதன் முடக்கு கிரஹம். புதன் - நரம்பு. அது முடக்கு ஆகிவிட்டது. அதனால் பிரபஞ்ச சக்தியை ஈர்க்க முடியாது. அதாவது COSMIC ENERGY. இப்படி உள்ள ஜாதகம் மற்ற குழந்தைகள் போல் இருக்க மாட்டார்கள். இதுவும் autismதின் ஒரு வகையாகும்.

மேஷம் ரிஷபம் கடகம் கன்னி துலாம் மகரம் ஆகிய இராசிகளில் ராகு இருந்தால் விஷ இராகு. இந்த இராசிகளுக்கு கேந்திரத்தில் அதாவது 1,4,7,10 ஆகிய இடங்களில் சுப கிரஹங்கள் இருந்தால் சுபதன்மை தரும். ஆனால் அந்த கேந்தரங்களில் திதிசூன்ய ராசி முடக்கு இராசி வைநாசிக ராசியாகவோ அல்லது திதி சூன்ய கிரஹம், முடக்கு கிரஹம், வைநாசிக கிரஹம் இருந்தால் கடுமையான கெடுபலனை தரும். இதற்கு உரிய வழிபாடு கடலூர் அருகே உள்ள திருவந்திபுரம் தேவராஜ பெருமாளுக்கு சகஸ்ரநாமம் செய்ய வேண்டும்.

மேற்கூறிய இராசிகளைத் தவிர மற்ற ராசிகளில் ராகு இருந்தால் சுபதன்மை உள்ள ராகு. ராகு கேது திசை நடந்து அந்த திசா நாதன் திதி சூன்ய நட்சத்திரத்திலோ இருந்தால், இராகுவுக்கு அரியலூர் அருகே உள்ள (18km) காமரசவல்லி என்ற ஊரில் உள்ள கார்க்கோடேஸ்வரரையும் கேது என்றால் கோவை அருகே உள்ள காரமடை ஸ்தலத்தில் சிவனையும் வணங்க வேண்டும்.

இராகு/கேது வைநாசிக இராசியில் இருந்தால் ஸ்ரீமுஷ்ணம் அருகே உள்ள பிச்சீஸ்வரர் கோவில் தனி ராகுவை வணங்க வேண்டும். வைநாசிகம் என்றால் உடலை வதை படுத்துதல் மட்டுமல்ல மனதை வதைபடுத்துதலுமாகும்.

திருமணத்தடை அல்லது எத்தனை ஜாதகங்கள் வந்தாலும் பொருந்தவில்லை என்றால் மயிலம் முருகனையும் கும்பகோணம் ஆதி கும்பேஸ்வரர் கோவிலில் உள்ள மங்களாம்பிகையையும் வணங்கவும்.

கும்ப இராசியில் பிறந்தவர்கள் கும்ப ராசியை குரு 5,7,9 பார்வையால் பார்க்கும் போது அல்லது குரு கும்ப இராசியைக் கடக்கும் போது திருமணம் செய்தால் திருமண வாழ்க்கை சிறப்பாக இருக்கும்.

துவாதசி திதியில் பிறந்த ஆணையும் பெண்ணையும் திருமண வாழ்க்கையில் இணைக்க கூடாது. பொதுவாக துவாதசி திதியில் பிறந்தவர்களுக்கு தொழில் சிறப்பாக இருந்தால் திருமண வாழ்க்கை சிறக்காது. அதேபோல் திருமண வாழ்வு சிறப்பாக இருந்தால் தொழில் சிறப்பாக இருக்காது.

திருமணத்திற்கு சீர்வரிசை பொருட்கள் வாங்குவதை புதன் கிழமையை தவிர்க்க வேண்டும்.

ஜென்ம நட்சத்திரத்தின் 88 வது பாதத்தில் உள்ள நட்சத்திரத்தை திருமணத்தில் இணைக்கக் கூடாது.

உதாரண ஜாதகம் : 504

<table>
<tr><td></td><td></td><td>சந்
ரா
மா</td><td></td></tr>
<tr><td></td><td></td><td></td><td></td></tr>
<tr><td></td><td></td><td></td><td></td></tr>
<tr><td>ல
/ சூ பு</td><td>குரு
கே</td><td>சு
சனி</td><td>செ</td></tr>
</table>

திதி: திரியோதசி,

திதி சூன்ய இராசிகள் : ரிஷபம், சிம்மம்

யோகம்: சித்த நாம யோகம்

யோகி: அஸ்வினி

அவயோகி: சுவாதி

38 வயது வரை திருமணமாகவில்லை. நிரந்தர தொழிலும் இல்லை. தனுசு இராசி முடக்காகி லக்னமே முடக்காகி விட்டது. முடக்கு இராசி தனுசு இராசியில் 7ம் அதிபதியும் 10 ஆம் அதிபதியுமான புதன். திருமணத்துக்கு உரிய 7ம்பாவம், மற்றும் 10 பாவமான கன்னிக்கும் அதிபதி புதன் முடக்கு ராசியில் இருந்து மேற் கூறிய இரண்டு பாவங்களையும் முடக்கிவிட்டார். மேலும் களத்திரகாரனான சுக்கிரன் இராகுவின் நட்சத்திரமான சுவாதியில். சுக்கிரன் ராகுவின் நட்சத்திரமான திருவாதிரை சுவாதி சதயத்தில் இருந்தால் திருமணம் கால தாமதமாகும். மேலும் இவர் ஜாதகத்தில் சுக்கிரன் அவயோகியான ராகுவின் நட்சத்திரமான சுவாதியில் உள்ளது. இலக்னம் முடக்குக்குரிய வழிபாடு மற்றும் சுக்ரன் சுவாதி நட்சத்திரத்தில் உள்ளதற்குரிய வழிபாடு செய்து அதன்பின் வாழ்வின் நட்சத்திரங்களுக்குரிய வழிபாடு செய்தபின் நிம்மதியான வாழ்க்கை பயணம் சென்று கொண்டு இருக்கிறது.

திருமண பொருத்தம் மற்றும் திருமண நாள்

1. பெண் ஜாதகத்தை பிரதானமாக எடுத்துக் கொள்ள வேண்டும்.

2. பெண் பிறந்த தமிழ் மாத நாளின் முன்னாலும் பின்னாலும் 48 நாட்களுக்கு மேல் ஆணின் ஜாதகம் இருக்க வேண்டும். ஏனெனில் முடக்கு இராசியை அவரவர் ஜாதகத்தில் கடக்கும் சனீஸ்வரன் காலம் 5வருடத்துக்குள் இருக்கும். இது அதிக பாதிப்பை தரும்.

3. ஜேஷ்ட புத்திரன் ஜேஷ்ட புத்திரியை இணைக்க கூடாது. ஜேஷ்டபுத்திரன் அல்லது ஜேஷ்டபுத்திரி என்பது தலச்சன் அதாவது முதல் குழந்தை என்பது கிடையாது. முதலில் ஒரு கரு கலைந்து அதன் பின் பிறக்கும் குழந்தையை மூத்த குழந்தை என எடுத்துக் கொள்ள கூடாது, மேலும் தமிழ்மாதத்தில் 32 நாட்கள் வருகிறதோ அந்த மாதம் ஜேஷ்ட மாதம் என அழைக்கப்படும்.

அந்த மாதத்தில் பிறந்த குழந்தைதான் ஜேஷ்ட புத்திரன் ஜேஷ்ட மாதத்தில் பிறந்த குழந்தைக்கு அறிவு ஆற்றல் அதிகமாகி மற்றவர்களை விட அதிக தனித்தன்மையோடு இருப்பார்கள். இப்படி ஜேஷ்ட மாதத்தில் பிறந்த இரு புத்திசாலிகளை இணைத்தால் Ego problem வரும். திருமண வாழ்க்கை கசந்துவிடும்.

4. ஆணின் நட்சத்திரத்தின் 88வது பாதத்தில் பெண் நட்சத்திரம் இருந்தால் இணைக்க கூடாது. இதே போல பெண்ணுக்கும் பார்க்கவும்.

5. பெண்ணின் பிறந்த திதியிலிருந்து, 4,8,14வது திதியை இணைக்க கூடாது.

6. ஷஷ்டி திதியில் பிறந்த ஆணையும் பெண்ணையும் இணைக்க கூடாது. புத்திர ப்ராப்தம் இருக்காது. ஒருவேளை பிறந்தால் பெற்றோருக்கு புத்திர சோகம் ஏற்படும்.

7. அமாவாசை/ பௌர்ணமி திதியில் பிறந்தவரை துவாதசி திதியில் பிறந்தவரோடு இணைக்க கூடாது.

8. விஷ்கம்பம், வ்யாதிபாதம், கண்டம், அதிகண்டம் சூலம் ஆகிய நாமயோகம் வரும் நாளில் திருமண நாளை தவிர்க்கவும்.

9. ஆணின் 5ம் இராசியும், பெண்ணின் 9வது இராசியும் முடக்கு ராசியாக இருந்தால் இணைக்க கூடாது.

10. துவாதசியில் திருமணநாளை தவிர்கவும்.

15.
தீராத கடன் உள்ள ஜாதகமும் தீர்வும்

ஜாதகத்தில் செவ்வாய் சனி, கேது அவயோகியாக இருந்து ஜாதகர் பிறந்த லக்ன புள்ளியும் அதே அவயோகி நட்சத்திரத்தில் இருந்தால் தீராத கடன் இருந்துகொண்டே இருக்கும்.

1. பிரீதி நாமயோகம்/விருத்தி நாமயோகம்/சிவம் நாமயோகம் - செவ்வாய் அவயோகி
2. சோபனம் நாமயோகம்/ஹர்ஷணம் நாம யோகம்/சுபம் நாமயோகம் - சனிஸ்வரன் அவயோகி
3. சுகர்மம்/சித்தி/ப்ராம்யம் - கேது அவயோகி

தீராத கடன்.

சிலருக்கு நன்றாக உழைத்தும் தீராத கடனாளியாக இருக்கிறேன் என மன உளைச்சலில் இருப்பார்கள். யாருக்கு தீராத கடன் இருக்கும்.

செவ்வாய், சனிஸ்வரர், கேது இவர்களில் யாராவது ஒருவர் அவயோகி கிரஹமாகி அவரின் லக்னமும் அதே அவயோகி கிரஹகத்தின் நட்சத்திரத்தில் இருந்தால்

உதாரணம்

ஜாதகன் பிறந்தது சிவநாம யோகம். செவ்வாய் அவயோகி ஜாதகனின் லக்னம் சித்திரை, அவிட்டம், மிருகசீரிடத்தில் இருந்தால் தீராத கடன் இருக்கும். அந்த அவயோகி செவ்வாய்

லக்னத்தின் எந்த பாவமோ அதன் மூலமாக தீராது கடன் ஏற்படும்.

உதாரண ஜாதகம்: 531

ல			சனி (4)
			சனி (5)
சனி (10)		சனி (8)	சனி (7)

இந்த ஜாதகம் சோபனம் அல்லது ஹர்ஷணம் நாம யோகத்தில் பிறந்தவராக எடுத்துக் கொண்டால் சனிஸ்வரர் அவயோகி.

லக்னம் சனீஸ்வரர் நட்சத்திரம் உத்திரட்டாதியில். இந்த ஜாதகத்தில் சனீஸ்வரர் எந்த பாவத்தில் இருந்தால் எப்படி கடன் ஏற்படும் என்பதை பார்ப்போம்.

அவயோகி சனீஸ்வரர் 4ஆம் இடத்தில்:

தாய்க்கு தீராத நோய் தீர மருத்துவ செலவினால் தீராத கடன் உண்டாகும் அல்லது வீடு கட்ட கடன் வாங்குவது மூலமாக தீராத கடன்.

அவயோகி சனீஸ்வரர் 5ஆம் இடத்தில், பிள்ளைகள் மூலமாக

அவயோகி 7ல் மனைவி மூலமாக அல்லது தொழில் கூட்டாளியாக இருப்பவர் மூலமாக

அவயோகி 8ல் தனக்கு வரும் தீராத நோயினால்

அவயோகி 10ல் தொழிலில் நஷ்டம் லக்னத்தின் 6மிடத்தில் வைநாசிக நட்சத்திரம் இருந்து நோய்வந்தால் மருத்துவர் நோய் இல்லை என்றாலும் மனரீதியாக திருப்தி அடையாமல் கடன் வாங்கி வேறுவேறு மருத்துவரை நாடி சென்று செலவு செய்து தீராத கடனாளியாவார். வைநாசிகம் என்றால் உடலை வதைபடுத்துவது மட்டும் என்பது இல்லை மனதை வதைபடுத்துவதும் வைநாசிகம்தான்.

> பூரட்டாதி கும்பராசியில் எந்த ஒரு கிரஹம் இருந்தாலும் அது ஸ்திரி சாபத்தை குறிக்கும்.

16.
தொழில் முடங்கும் காலம் எப்போது?

10மிடம் தொழில் ஸ்தானம்.
10மிடம் கர்ம ஸ்தானம்.

ஒளழ்வினை கர்ம தோஷத்தை அடிப்படையாக கொண்டே தொழில் அமையும். தொழிலில் நலிவு விளக்கம் முன்பக்கங்களில் தொழிலை எப்படி செய்வான் என விளக்கப்பட்டுள்ளது.

10மிடம் திதி சூன்ய ராசியானால், 10மிடத்தில் திதி சூன்ய கிரஹம் இருந்தால் 10மிடத்தில் திதி சூன்ய கிரஹம் பார்த்தால் 10மிட அதிபதி திதி சூன்ய ராசியில் அல்லது முடக்கு ராசியில் அமர்ந்தால்

முடக்கு ராசி அதிபதி கிரஹம் 10மிடத்தை கடக்கும் 'காலம்' மற்றும் 10மிடத்தை அவயோகி கடக்கும் காலம் நலிவு.

17.

புதுவீட்டில் குடியேறிய பின் நிம்மதி இல்லையா?

1. கோச்சாரத்தில் புதன் நிற்கும் நட்சத்திரத்தின் ஜென்ம அனுஜென்ம, திரிஜென்ம நட்சத்திரத்தில் பத்திர பதிவு, பாகப்பிரிவினை கூடாது.
   உதாரணம்: கோச்சார புதன் ரோகிணியில். அஸ்தம் ரோகிணி, திருவோணம் தவிர்க்கவும்

2. சனீஸ்வரன் கோச்சாரத்தில் நிற்கும் நட்சத்திரத்தின் ஜென்ம அனு ஜென்ம திரிஜென்ம நட்சத்திரத்தில் வீடு, வீட்டுமனை பத்திர பதிவு செய்யலாம்

3. சூரியன் கோச்சாரத்தில் நட்சத்திரத்தின் ஜென்ம அனுஜென்ம திரிஜென்ம நட்சத்திரத்தில் கிணறு வெட்டக் கூடாது.

18.
அமாவாசை

அமாவாசையை சென்னையில் மிகச்சிறந்த நாளாக கருதி புதிய முயற்சிகள், திருமண காரியங்கள், புதுமனை அடிகோளுதல், புதிய வியாபாரம் துவங்குதல் ஆகியவற்றை செய்கிறார்கள். அமாவாசை நிறைந்த நாளாம். இது எவ்விதத்தில் சரியாகும்?

அமாவாசையன்று வீட்டில் செய்கின்ற காரியங்கள் என்ன? அன்று வீட்டில் இறந்தவர்களுக்கு படையல் போட்டு வழிபடுகிறோம். தர்ப்பணம் செய்கிறோம். திதி கொடுக்கிறோம். இவ்வாறு இறந்தவர்களுக்கு காரியம், படையல் செய்கின்ற நாளை எப்படி சுபகாரியம் செய்ய ஏற்ற நாளாக கருத முடியும்? உண்மையிலேயே இந்துமத சாஸ்திரத்தில் அமாவாசையன்று செய்ய வேண்டிய காரியங்களாக கீழ்கண்டவைகளை கூறப்பட்டுள்ளது. 1. பிரேதகாரியங்கள், 2. அஞ்ஞான வாசம், 3. பெரிய பலிகள், 4. மாந்திரீகம்.

அமாவாசையென்றால் முழு இருட்டு. அப்படிப்பட்ட இருளான தினத்தில் சுபகாரியங்களை செய்வது எப்படி சிறப்பாகும். நிம்மதி குறைவான ஒரு குடும்பத்தை (அவர்கள் ஜாதகம் நன்றாக இருப்பினும்) சீர்தூக்கி பார்த்தால் அவர்கள் கட்டிய வீட்டின் அடித்தளம் அமாவாசை நாளில் துவங்கப்பட்டதாக இருக்கும். முறிந்து போன இல்வாழ்க்கை அல்லது மகிழ்ச்சியற்ற இல்லறம் உள்ள தம்பதியரின் இல்வாழ்க்கையில் மணபொருத்த நிகழ்ச்சி அதாவது ஜாதக பரிமாற்றம் அல்லது ஜாதக பொருத்தம்

அல்லது பெண் பார்க்கும் படலம் அமாவாசை அன்று நிகழ்ந்ததாக இருக்கும்.

மூட நம்பிக்கையில் மிகப் பெரியது அமாவாசை என்பது நிறைந்த நாள் என்ற கருத்து, அமாவாசையன்று புதிய மற்றும் மங்கல நிகழ்ச்சி துவக்கத்தை இனியாவது தவிருங்கள். நாள் செய்வதை நல்லவர்கள் செய்யமாட்டார்கள். அமாவாசையை தவிர்த்து மற்ற நல்ல நாளை நிர்ணயித்து மங்கல விஷயங்களை துவங்கி மகிழ்ச்சியாக வாழுங்கள்.

> சூரியன், குருவின் நட்சத்திரமான விசாகம், புனர்பூசம், பூரட்டாதியில் இருந்தால் செய்யாத குற்றத்திற்காக தண்டனை பெறும் சூழல் ஏற்படும்.

19.
குழந்தைகள்

திருமணம் ஆனபின் புத்திரபாக்கியம் தாமதமானால் முதலில் செய்ய வேண்டியது குலதெய்வ வழிபாடு.

பொதுவாக ஜாதகத்தின் 5, 9ம் இடங்களையும் ஆராய்ந்து புத்திர பாக்யம் உள்ளதா என அறிந்து கொண்டு பிறகு ஏன் காலதாமதம் என கிரஹங்களை ஆராய்ந்து பரிஹாரம் செய்யவேண்டும். சிலருக்கு தத்து புத்ர யோகம் இருக்கும்.

குழந்தை வேண்டி ஸ்ரீநவநீத கிருஷ்ணரை வெள்ளிக்கிழமை மாலை வேளைகளில் வணங்குவது நலம். 6 வெள்ளிக்கிழமை வணங்கவேண்டும். ஒவ்வொரு வாரமும் ஒவ்வொரு நைவேத்யம் வைத்து வணங்க வேண்டும். முதல் வாரம் 27 லட்டு, இரண்டாவது வாரம் 27 முள்ளு முறுக்கு, 3வது வாரம் 27 உருண்டை வெண்ணெய், 4வது வாரம் 27 நாட்டு வாழைப்பழம், 5வது வாரம் முந்திரிகொத்சு என்ற பலகாரம், 6வது வாரம் பால் பாயாசம். ஒவ்வொரு வாரமும் ரோஜாமாலை, வெற்றிலை பாக்கு மற்றும் மேற்கூறிய நைவேத்யம் வைத்து பெயர், நட்சத்திரம் கூறி குழந்தை வேண்டி சங்கல்பம் செய்து அர்ச்சனை செய்யவும். தேங்காய் உடைக்க வேண்டாம். நைவேத்ய பொருளை கோயிலில் விநியோகிக்கவும்.

மேலும் அருகில் உள்ள அம்மன் கோயிலில் வெள்ளி அல்லது செவ்வாய் கிழமைகளில் தீபம் ஏற்றவும்.

குழந்தை பிறந்ததும் ஜாதகம் கணித்து அந்த ஜாதகத்தில் சனி, செவ்வாய் ஒருவருக்கொருவர் பார்வை உள்ளதா? அல்லது சனி, செவ்வாய் சேர்ந்து உள்ளதா என பார்த்து

அவ்வாறு இருப்பின் அருகில் உள்ள சிவன் கோயில் அல்லது முருகன் கோயிலில் குழந்தையை கோயிலுக்கு கொடுத்துவிட்டு பின் கோயிலில் இருந்து தத்து வாங்கவும். அந்த காலத்தில் குழந்தையை தவிட்டுக்கு வாங்கினோம் என்று கூறுவார்கள். இது ஒரு தோஷநிவர்த்தி. இப்படி சனி, செவ்வாய் பார்வை அல்லது சேர்க்கையுடன் பிறக்கும் குழந்தைக்கு முதல் பிறந்த தினத்தின் முன்னால் அல்லது பிறகு சுமார் 15 அல்லது 20 நாளில் கடுமையான வயிற்றுப் போக்கு வயிற்றுவலி உண்டாகும்.

குழந்தை வளர வளர சில குழந்தைகள் முரட்டுத்தனம் பிடிவாதம் இருக்கும். இதற்கு பரிஹாரம் பெருமாள் கோயிலில் 51 செண்பக மலர்களால் ஜென்ம நட்சத்திரத்தில் தொடர்ந்து அர்ச்சனை செய்துவர முரட்டுத்தனம் நீங்கும். 8 அல்லது 10 வயதுக்கு மேற்பட்ட குழந்தையாக இருந்தால் ஒரு டம்ளர் வெந்நீரில் ஒரு எலுமிச்சை பழம் பிழிந்து மதிய உணவுக்கு முன் கொடுக்கவும்.

சில குழந்தைகள் பிறக்கும் போது கொடி சுற்றிப் பிறக்கும். இப்படி பிறந்த குழந்தை தனக்கு மட்டுமின்றி தான் பிறந்த குடும்பத்துக்கும் தோஷத்தை உண்டு பண்ணும். இது போன்று பிறந்த குழந்தைகளுக்கு "சாந்திரத்னாகர்" என்ற கிரந்தத்தில் உள்ளபடி தோஷநிவர்த்தி பரிஹாரம் செய்ய வேண்டும்.

பிறந்த குழந்தையின் ஜாதகத்தில் செவ்வாய், சனி ஒன்றாக இருந்தாலோ அல்லது ஒருவரை ஒருவர் பார்த்தாலோ அந்த அமைப்பு பெற்றோரை பாதிக்கும். இம்மாதிரி அமைப்புடைய ஜாதகத்தில் உள்ள தோஷம் நீங்க குழந்தையை கோவிலில் இறைவனுக்கு அர்ப்பணித்து திரும்பவும் இறைவன் குழந்தையாக தத்து வாங்குவது என ஒரு நிகழ்ச்சி இன்றைக்கும் திருச்செந்தூர் அருள்மிகு சுப்ரமணிய சுவாமி கோவிலில் உண்டு.

அதிகாலை 5½ மணிக்குள் வீட்டில் தீபம் ஏற்றி இறைவனை வழிபட்டால் குழந்தைகளின் கல்வியில் முன்னேற்றம் வரும்.

உதாரணமாக ஒரு குழந்தை விசாகம் நட்சத்திரத்தில் பிறந்து இருந்தால் அக்குழந்தையின் தாய் அதிகாலையில் தீபம் ஏற்றி சுப்ரமண்ய புஜங்கம் படித்தால் அக்குழந்தையின் கல்வி மேன்மையுறும்.

பொதுவாக குழந்தைகள் படிப்பில் கவனம் செலுத்த மீனாட்சி பஞ்சரத்னம் தினசரி படிப்பது அல்லது CD-யில் கேட்பது, படிப்பில் நல்ல முன்னேற்றம் வரும்.

சில குழந்தைகள் 3 வயது அல்லது 4வது வரை சரிவர பேசாமல் இருக்கும். இதற்கு குல தெய்வம் வழிபாட்டில் உள்ள குறைதான் காரணம். புதன்கிழமையும் அமிர்தயோகமும் கூடிய நாளில் ஏதாவது ஒரு ஜீவ சமாதியில் அபிஷேகம் செய்து அவ்விபூதியை குழந்தைக்கு கொடுத்துவர பேச்சு வரும்.

கர்ப்பபை பிரச்சனை, மாதவிடாய், வெள்ளைபடுதல், மன அழுத்தம் சூரியனார் கோவில் அருகே திருநீலக்குடி ஊரில் மனோ ஜக்கிய நாதர் நல்லெண்ணெய் தீபம்.

20.
பால்குடம்

நரை திரை மூப்பு என்னும் நிலை ஏற்படாதிருக்க தேவர்களும் அசுரர்களும் என்ன செய்யலாம் என யோசித்தார்கள். திருப்பாற்கடலை கடைந்தால் அதிலிருந்து அமிர்தம் சுரக்கும் எனவும் அதை சாப்பிட்டு நரை திரை மூப்பு என்னும் நிலையை கடக்கலாம் என முடிவு செய்தனர். திருப்பாற் கடலில் ஆமையைப் போட்டு அதன் மேல் மந்திர மலையை நிறுத்தி அதில் வாசுகி என்ற நாகத்தைச் சுற்றி ஒரு பக்கம் தேவர்களும் மறுபக்கம் அசுரர்களும் தயிர் மத்தை கடைவது போல் கடைந்தனர். முதலில் வலி தாங்காமல் வாசுகி கக்கி விஷம் வந்தது. அது திருப்பாற் கடலில் கலந்து விடாதபடி திரட்டினர். அது உலகத்தையே விஷமாக்கி விட பார்த்தது. என்ன செய்வது என்று அறியாமல் சிவனை நோக்கி தவம் இருந்தனர். ஜீவராசிகள் விஷகலையால் பாதிக்காமல் இருக்கும் பொருட்டு சிவன் அதை தான் சாப்பிட்டு தன், தொண்டை குழியில் (கண்டத்தில்) நிறுத்தி வைத்துக் கொண்டார். அதனால் திருநீல கண்டர் என்ற பெயர் பெற்றார். பின்பு திருப்பாற்கடலை தொடர்ந்து கடைந்ததில் அவலட்சுமி, லட்ச ஐராவதம் என்னும் யானை, கற்பக விருட்சம், உச்சை சிரஸ் எனும் குதிரை, அப்ஸரஸ்கள் மற்றும் கடைசியாக தன்வந்திரி அமிர்த கலசத்துடன் வந்தார். இது புராணக் கதை.

மாங்காய் பால் குடித்து மலைமேல் இருப்போர்க்கு தேங்காய் பால் ஏதுக்கடி? குதம்பாய் தேங்காய் பால் ஏதுக்கடி? எனும் சித்தர் பாடல் உண்டு. ஆமை மாதிரி ஞானேந்திரியங்கள்

ஐந்தையும் அடக்கி கிடக்கும் குண்டலி சக்தி மேல் வீணா தண்டான முதுகெலும்பை ஊன்றி சூரிய கலை, சந்திர கலையை மாறி மாறி தயிர் மத்து கடைவது போல் இழுத்து விட்டு நம்முள் மூழ்கி கிடக்கும் சக்திகள் பால் ரூபமாக வெளியிட்டு மானசரோவர் எனும் நம்முடைய சிரசை அடைந்து கபாலத்தில் சுக்கிலமாக அமிர்த பாலாக தேங்கி நிற்கும். மேலும் இது நம் உடலை நரை, திரை, மூப்பு எனும் பிணியிலிருந்து விடுவிக்கும் என்பது சித்தர்களின் கோட்பாடு. இது அகச் செயல்.

இதன் புறச் செயல்தான். பால் குடம் எடுப்பது. நம்முடைய சிரசில் பால் குடத்தை வைத்தவுடன் நம் எண்ணங்கள் நம் கபாலம் வழியாக பால் குடத்தில் உள்ளே செல்லும்.

பின் அந்த பாலை தெய்வத்திற்கு அபிஷேகம் செய்வதால் நம் எண்ணங்கள் வேண்டுதல்கள் பால் மூலம் தெய்வத்தை சென்றடையும். இதன் மூலம் தெய்வம் நம் நியாயமான கோரிக்கைகளை ஏற்று அதை நிறைவேற்றுகிறது. இதற்காகத் தான் பால் குடம் எடுத்து புறவழிபாடு செய்கின்றனர். பால் குடம் எடுத்து நம் பக்தியை இறையாண்மையை வெளிபடுத்துவது என்பது மிகச் சிறந்த வழிபாடாகும்.

> ஏகாதசி, துதியை, சதுர்த்தசி சௌபாக்யம், சாத்யம் ஆகிய நாமயோகங்களில் பிறந்து 9 மிடம் குருவின் வீடாக இருந்தால் குழந்தை பிறப்பு தாமதமாகும்.

21.
விநாயகர்

உலகில் தோன்றிய ஆதிவழிபாடுகளில் முக்கியமானது ஆனைமுகன் வழிபாடு. சுமார் 2000 ஆண்டுகளுக்கு முன்பு காணாபத்யம் என்னும் வழிபாடு துவங்கியது. அதுமுதல் விநாயகரை முழுமுதற் கடவுளாக வைத்து வழிபட துவங்கினார்கள். தமிழ்நாட்டில் கி.பி.800 ஆண்டு விநாயகர் வழிபாடு துவங்கியதாக சரித்திர ஆராய்ச்சியாளர்கள் கூறுகின்றனர். முதல் கணபதி சிறுத்தொண்டரால் திருச்செங்காட்டான்குடி என்ற இடத்திற்கு கொண்டு வரப்பட்டு பிரதிஷ்டை செய்யப்பட்டது. பின் பல்வேறு விநாயகர் வழிபாடு தமிழ்நாடு முழுவதும் துவங்கியது.

உமையவளாம் ஸ்ரீபார்வதி தன்னிடம் உள்ள சக்தி அம்சத்தை வெளி கொண்டுவர வேண்டி முழுமுதற் கடவுளாம் விநாயகரை வேண்டினார். விநாயகரோ பார்வதியின் பிடியில் சிக்காமல் ஆனந்த திருவிளையாடலில் பால கணபதியாய், நர்த்தன கணபதியாய், விதவிதமான கோலங்களில் லீலைகள் புரிந்து அன்னையின் கைகளில் சிக்குண்டபோது, ஓம்கார கோலத்துடன் வெளிவந்தார். கோலம் என்பதற்கு முடிவில்லாத நல் ஒலி என்று பொருள். விநாயகரே ஸ்ரீபார்வதி தேவிக்கு அம்பிகையின் ஓலமிட்ட சிவசக்தி ஐக்ய பிரவாஹத்தை உணர்த்தும் வண்ணம் ஸ்ரீகணேசாயினி விநாயகராக விளங்குகிறார். ஸ்ரீ விநாயகர் பெண் உருவம் கொண்டு தோற்றமளிப்பதை கணேசாயினி விநாயகர் என்பர்.

திறமை இருந்தும் அதை வெளிபடுத்த முடியாதவர்கள், நியாயமான பதவி உயர்வு கிடைக்காதவர்கள் ஸ்ரீகணேசாயினி விநாயகருக்கு எட்டு வியாழக்கிழமை வாசனை திரவியங்களால் அபிஷேகம் செய்து வெண்பொங்கல் படைத்து விநாயகர் கவசம் படித்து அர்ச்சனை செய்தால் நல்ல பலன் கிடைக்கும்.

வயிற்றின் இடுப்பில் யோக நடனமிடும் நாகத்துடன் இருப்பவரே ஸ்வர்ண ஹேரம்ப கணபதி. இவருடைய அபயக் கரத்திலிருந்து ஸ்வர்ணம் பொழியும். இவரை நாகபர்ண கணபதி என்றும் அழைப்பார்கள். மூன்றாம் பிறை அல்லது வியாழக்கிழமையில் நாகாபர்ண கணபதிக்கு பால், வாசனை திரவியங்களால் அபிஷேகம் செய்து பால் பாயாசம் படைத்து அர்ச்சனை செய்ய திருமணத்தடை நீங்கும்.

நின்ற கோலத்தில் காட்சி அளிக்கும் ஸ்ரீநர்த்தன விநாயகரை அபிஷேக ஆராதனை செய்து அர்ச்சனை செய்ய, வேலையில் இருந்து பணி நீக்கம் செய்யப்பட்டவர்களுக்கு தகுந்த நிவாரணம் கிடைக்கும். ஞாபக மறதி, கோமா Demensia என்ற வியாதிகளுக்கும் விரைவில் நல்ல முறையில் குணமடையும்.

சித்தி புத்தி விநாயகரை வணங்கும் தம்பதியினரிடையே உள்ள பிணக்கு மனக்கசப்பு நீங்கும். இரட்டை பிள்ளையாருக்கு ஜென்ம நட்சத்திரம் அல்லது ரோஹிணியில் சந்தன காப்பு சாற்றி வழிபட்டால் வற்றாத செல்வம் இருக்கும்.

மாங்கனியை கையில் வைத்திருக்கும் தோற்றத்துடன் உள்ளவர் ஸ்ரீமாங்கனி விநாயகர்: புத்திரபாக்யம், செல்வம், வேலைவாய்ப்பு ஆகியவற்றை தரவல்லவர்.

தூர்வம் என்றால் அருகம்புல். அருகம்புல்லையே உணவாக கொண்டு ஜீவித்து விநாயகரை வேண்டி தவம் இருந்தவரே ஸ்ரீதூர்வா மகரிஷி ஆவார். சோடச கணபதி என்ற 16 கணபதி வழிபாடு மற்றும் விநாயகருக்கு உரிய விசேஷ பூஜைகளை நமக்கு தந்தருளியவர். இவரால் இயற்றப்பட்ட "தூர்வா சுக்தம்"

என்ற மந்திரத்தை விநாயகருக்கு பூஜை செய்து படித்தால் மன சஞ்சலங்கள் நீங்கும், பகைவர்கள், தகாத நண்பரால் வஞ்சிக்கப்பட்டவர்கள், பில்லி, சூன்யம், ஏவல் இவற்றால் பாதிக்கப்பட்டவர்கள் பிரச்சனை தீர்ந்து நல்ல பயனை அடைவர்.

விநாயகருக்கு பஞ்சமி திதியில் பஞ்சாமிர்தம் மற்றும் வாசனை திரவியங்களால் அபிஷேகம் செய்தால் குழந்தைகளின் படிப்பு மேன்மையுறும்.

சதுர்த்தியில் கொழுக்கட்டை செய்து படைத்து அபிஷேக அர்ச்சனை செய்தால் அலுவலகத்தில் ஏற்படும் பிரச்சனை தீரும். திருவாதிரை நட்சத்திரத்தில் வில்வ மாலை சாற்றி வணங்கி வர நோய் படிப்படியாக தீரும். சுந்தர விநாயகருக்கு வாசனை திரவியத்தால் அபிஷேக அர்ச்சனை செய்தால் அலுவலகத்தில் தேவையான இடமாற்றம் கிடைக்கும்.

எனது ஆன்மீக குரு ஐயா திரு. மிஸ்டிக் செல்வம் அவர்கள் கூறிய எளிய பரிஹாரம்.

ஒரு பிரச்சனை தீரவேண்டும் என்று மனதில் நினைத்து கைகளில் வெறும் கற்பூரம் வைத்து விநாயகரை 12 முறை அப்பிரதட்சணமாக வலம் வந்து விநாயகர் முன்பு கையில் உள்ள கற்பூரம் ஏற்றி வணங்கவும். இவ்வாறு 9 நாள் தொடர்ந்து செய்ய பிரச்சனையிலிருந்து விடுபடலாம். இதை மாலை 4-6 மணியில் செய்வது மிகவும் நல்லது.

22.
அன்னை ஸ்ரீவாராஹி

சக்தியின் வெவ்வேறு உருவங்களில் ஸ்ரீவாராஹியும் ஒரு அம்சம். சப்த கன்னியருள் ஒருவள் ஸ்ரீவாராஹி. ஸ்ரீராஜராஜேஸ்வரியின் குதிரைப் படைத் தலைவி. இவள் கருணையின் மொத்த வடிவானவள். இவளுக்கு உரிய திதி பஞ்சமி. ஸ்ரீ வராஹி தாயை போல் அன்பும் பாசமும் உடையவள். ஸ்ரீவாராஹியை தண்டினி என்பர். பன்றியின் தலையும், எழில் நங்கையின் உடலும் கொண்டு காட்சி தருபவள். இவளுடைய வாகனம் சிம்மம், புலி, எருமை, பாய்ந்து ஓடும் வெண்குதிரை. வாராஹி என்று சொன்னாலே பயம் இருக்காது.

ஸ்ரீவாராஹி வெள்ளை குதிரையில் வரும்போது "அஸ்வாரூடாவாராஹி" என அழைக்கப்படுகிறாள். எருமை வாகனம் மீது வரும்போது "மகிஷாரூடர்" என அழைக்கப்படுகிறாள். ஸ்ரீவாராஹிக்கு தனியாக கோயில் இருந்ததாக யாரும் கூறியது இல்லை. அப்படி ஏற்பட்ட கோயில் கடந்த 10 வருடங்களில் ஒரு கோயிலுக்கு உள்ளேயே தனி சந்நிதியாக இருக்கும்.

ஆனால் ஸ்ரீவாராஹிக்கு பல நூற்றாண்டுகளுக்கு முன்னால் தனியாக கோயில் கட்டி வழிபட்டு இருக்கிறார்கள்.

காஞ்சிபுரத்திலிருந்து அரக்கோணம் செல்லும் பாதையில் திருமால் கேட் இரயில் நிலையத்திலிருந்து சுமார் 2 கி.மீ. தொலைவில் உள்ளது பள்ளூர் கிராமம். இங்குள்ள வீரதசிர நதிக்கரையில் பரசுராமர் சிவனை பூஜித்து பரசாயுதம் பெற்றார்.

ஒளவையாரால் பாடல் பெற்ற வாழைத்தோப்பும், தானே பொங்கிவழியும் ஏழு கிணறுகள் இருந்த ஸ்தலம்.

இந்தபள்ளூர் கிராமத்தின் நடுவே, தெற்கு நோக்கியபிரதான வாயிலும், கோபுரமும் உள்ள கோயிலில், தெற்கு நோக்கி, எருமை வாகனம் மீது ஸ்ரீவாராஹி அமர்ந்துள்ளாள். இந்த கோயிலில் இவளே பிரதான தெய்வம். வேறு பிரதான தெய்வ சிலை (விநாயகரைத் தவிர) கிடையாது. ஸ்ரீஅரசாலையம்மன் என்ற பெயரில் இவளை வழிபட்டு வந்துள்ளனர்.

இந்த கோயிலின் தனிச்சிறப்பு தெற்கு நோக்கிய கோபுரம். தெற்கு நோக்கி ஒரு கோயிலின் பிரதான கோபுரமும், தலைவாயிலும் இருந்தால், அது மிகப்பெரிய பரிஹார ஸ்தலமாகும்.

கடந்த 4 வருடம் முன்பு நடந்த ஒரு சம்பவம். ஸ்ரீவாராஹியின் அன்புக்கும், கருணைக்கும் சாட்சியாக உள்ளது. நந்தினி என்ற 2 வயது குழந்தை தவறி தண்ணீர் தொட்டியில் விழுந்து, மூச்சு திணறிய நிலையில், மருத்துவரிடம் எடுத்து சென்றபோது, சிகிச்சை செய்ய போதிய வசதியில்லாத கிராமம் என்பதால் மருத்துவர் கையை விரித்துவிட்டார்.

அந்த குழந்தையின் பெற்றோர் ஸ்ரீவாராஹியிடம் அழுது, தங்களுக்கு கருணை காட்ட வேண்டினர். அப்போது யாரும் எதிர்பாராதவிதமாக ஒரு வெள்ளை பன்றி அவ்விடத்தில் நுழைந்து, அக்குழந்தையின் மீது இரண்டு மூன்று முறை புரண்டுவிட்டு வேகமாக வெளியேறியது. அதன்பின் ஒருசில நிமிடங்களில் அக்குழந்தை கண் திறந்து பார்த்தது. இன்று அக்குழந்தை அக்கோயிலில் விளையாடுவதை பார்க்கலாம்.

செவ்வாய்க்கிழமை அல்லது மற்ற நாட்களில், செவ்வாய் ஹோரையில் இங்கு ஸ்ரீவாராஹியை செம்மாதுளை முத்துக்களால் அர்ச்சித்தால், செவ்வாய் தோஷம் நீங்கும். திருமண தடை நீங்கி திருமணம் நடக்கும்.

ஸ்ரீவாராஹியை இங்கு அபிஷேகம் செய்து, சிகப்பு நிற வஸ்திரம் சாற்றி செவ்வரளிப்பூவால் அர்ச்சனை செய்து, சர்க்கரைப் பொங்கல் நைவேத்யம் செய்து, அதை மற்றவர்களுக்கு விநியோகம் செய்தால் காரியத்தடை நீங்கும், உத்யோகத்தில் உள்ள பிரச்சனை நீங்கும்.

எந்த ஒரு நியாயமான கோரிக்கையும் வெற்றி பெற சிறிது கேரட் துருவலுடன் வெல்லம் சேர்த்து நைவேத்யம் படைத்து ஸ்ரீவாராஹி படத்தின் முன் நெய் தீபம் ஏற்றி மூல மந்திரம் கூறி வழிபடின் நினைத்த காரியம் 11 நாட்களில் வெற்றியாகும். இதனை இரவு 8 மணிக்குமேல் செய்யவும்.

தோலி எடுக்காத முழு உளுந்து(கருப்பு) வடை நைவேத்யம் செய்து, அபிஷேக அர்ச்சனை செய்ய பில்லி, ஏவல், சூன்யம் விலகும்.

வேலையின்றியிருப்போர் வேலை கிடைக்க, எடுக்கின்ற காரியத்தில் வெற்றி பெற, எதிரியின் தொல்லையிலிருந்து விடுபட, இங்கு ஸ்ரீவாராஹிக்கு தேங்காய் உடைத்து, இரு மூடிகளிலும் நெய் ஊற்றி தீபம் ஏற்றி, அர்ச்சனை செய்ய நன்மை உண்டாகும்.

பஞ்சமி திதி, அஷ்டமி திதி, பௌர்ணமி ஆகிய நாட்களில் சிறப்பு வழிபாடுகளை பள்ஊர் கிராம ஸ்ரீவாராஹி அருள்மிகு அரசாலையம்மன் ஆன்மிக சேவை மன்ற நிர்வாகிகள் சிறப்பாக செய்கிறார்கள். ஸ்ரீவாராஹியின் அன்பையும், அருளையும் பெற்று, வளமான வாழ்வை பெறுங்கள்.

23.
நந்தீஸ்வரர்

சிவனுக்கு முன்னால் அவரை நோக்கி இருக்கும் நந்தீஸ்வரரை வணங்கி பின் நாம் சிவனை வணங்குகிறோம். இவருடைய காதுகளில் நம் பிரச்சனைகளை கூறி அவற்றை நிவர்த்தி செய்து தர வேண்டுகிறோம். நந்தீஸ்வரரை தொட்டு வணங்குவது, அவரை கட்டியபடி அவர் காதுகளில் பிரச்சனை கூறுவது தவறு.

சிவனுக்கு முன் வலது காலை சற்று தூக்கிய நிலையில் உள்ள நந்தீஸ்வரர் காயத்ரி மந்திரம் ஜெபிக்கும் தவக்கோலம். இவரிடம் பொதுவான பிரச்சனைகளை கூறலாம்.

வலதுபுறம் சற்று திரும்பிய நிலையில் உள்ள நந்தீஸ்வரரிடம் குடும்ப பிரச்சனைகள், துன்பங்கள் கூறி நிவாரணம் பெறலாம்.

இடதுபுறம் திரும்பி இருப்பின் திருமணத்தடை, தாம்பத்ய வாழ்வில் உள்ள சிக்கல், துன்பம் மனவருத்தம் ஆகியவற்றை கூறி அவற்றிற்கான பரிஹாரம் தேடலாம்.

பொதுவாகவே நந்தீஸ்வரருக்கு ப்ரீதியானது வேர்கடலை மாலை அல்லது அருகம்புல் மாலை. விளக்கெண்ணெய் அல்லது நெய்தீபம் சிறப்பு.

சில சிவாலயங்களில் அதிகார நந்தி எழுந்தருளியிருப்பார். திருகயிலாயத்தில் சுவாமிக்கு முன் எழுந்தருளியிருப்பவரே அதிகார நந்தி.

இறைவனுக்கு கயிலாயத்தில் நந்தி கணங்கள் என கோடி கோடியான வாகனங்கள் உண்டு. இவர்களின் தலைமை மூர்த்தி அதிகார நந்தி. பிரதோஷ நேரத்தின் போது நந்தீஸ்வரரின் இரு கொம்புகளுக்கிடையே இறைவன் நடனமாடுகையில் ஒவ்வொரு நந்தீஸ்வரரின் கொம்பு மற்றும் உடல் அசைவுகளையும் ஓட்டங்களையும் முறைப்படுத்தும் அற்புத கைங்கர்யத்தை மேற்கொள்பவரே அதிகார நந்தீஸ்வரர்.

இவருக்கு அபிஷேக ஆராதனை செய்து வழிபட்டால் பிரிந்த தம்பதியர் கூடுவர். சொத்து மற்றும் அலுவலக வழக்குகள் நல்ல முறையில் தீர்வு பெறும். தீய கனவுகள் விலகும். குழந்தைகளின் தவறான பழக்கம் மாறும்.

சிவனுக்கு எதிர்திசை நோக்கி இருக்கும் நந்தீஸ்வரரை வணங்கினால் விரோதம், பகைமை, பழிவாங்குதல் ஆகியவையிலிருந்து விடுதலை பெறலாம்.

செவ்வாய் அவிட்டம் நட்சத்திரத்தில் இருந்தால் சகோதரன் அல்லது பூமி சம்மந்தபட்ட தோஷம். உத்திரட்டாதியில் நிற்கும் கிரஹம் குலதெய்வ சாபம்.

24.

ஸ்ரீபைரவரும் - பரிஹாரங்களும்

தமிழகத்தில் ஸ்ரீபைரவர் வழிபாடு சிறப்பானதொரு இடம்பெற்று விளங்குகிறது. எல்லா உலகத்தவருக்கும் நல்அருள் நல்கும் நிலையினையே பைரவம் எனச் சிவாகமங்களும், வேதங்களும், திருமுறைகளும், சாத்திரங்களும், புராணங்களும் கூறி நிற்கின்றன. அனைத்து சிவாலயங்களிலும் பைரவர் திருமேனி விளங்கும். 64 பைரவ வடிவங்கள் உண்டு. ஆனால் சிறப்பாக எட்டு பைரவர்களை நாம் வணங்குகிறோம்.

"மரணத்தின் ஒத்திகையே உறக்கம்" என்பது சித்தர் வாக்கு. தினந்தோறும் பகலில் செய்த கர்ம வினைகள் போக்க ஸ்ரீகாலபைரவரை வேண்டி ஸ்ரீகாலபைரவர் துதிகளுடன் இரவு நித்திரை செய்ய வேண்டும். பைரவர் எதிலும் பற்றற்ற நிர்வாணக் கோலத்தில் காட்சி தந்தாலும் வாழ்க்கையில் ஆசைகளும் பற்றுகளும் நிறைந்த நம்முடைய கோரிக்கையை நிறைவேற்றுகிறார்.

எனது ஆன்மீக குரு ஐயா மிஸ்டிக் செல்வம் அவர்கள் சொர்ண ஆகர்ஷண பைரவர் என்ற நூலை வெளியிட்ட பின் தமிழ்நாட்டில் பைரவர் வழிபாட்டைப் பற்றிய விழிப்புணர்வு மக்களிடையே வளர்ந்தது.

நாயை வாகனமாக கொண்ட இவருக்கு வலதுகை பக்கம் நாயின் தலை இருக்கும். சனிக்கிழமை காலை 9-10½ வரை இராகு காலத்தில் வடைமாலை அல்லது வெற்றிலைமாலை

சாற்றி கருவேப்பிலை சாதம் படைத்து இலுப்பை எண்ணெய் தீபம் ஏற்றி வழிபட ஏழரை சனியின் தாக்கம் குறையும்.

வெள்ளிக்கிழமை இராகு காலத்தில் வெண்தாமரை மலர் சாற்றி எள் அன்னம் படைத்து அர்ச்சனை செய்ய அர்தாஷ்டம சனியின் பாதிப்பு குறையும்.

திங்களன்று இராகு காலத்தில் 27 ஏலக்காயை மாலையாக்கி அணிவித்து நல்லெண்ணெய் தீபம் ஏற்றி வழிபட கணவன் மனைவி கருத்து வேறுபாடு நீங்கி மகிழ்வான வாழ்வு அமையும்.

செவ்வாய்க்கிழமை குங்குமத்தால் அர்ச்சனை செய்து மாதுளை பழத்தை படைத்து, மிளகை ஒரு கருப்புத் துணியில் கட்டி திரிபோல் செய்து அதை நல்லெண்ணெய் விட்டு அகலில் ஏற்றி, பைரவருக்கு அர்ச்சனை செய்ய எதிரிகள், அலுவலக பிரச்சனைகள் தீரும்.

பைரவரை வழிபட தேய்பிறை அஷ்டமி மிகச் சிறந்த நாள். இந்நாளில் பைரவருக்கு சந்தனகாப்பு சாற்றி வெண்தாமரை மலரால் மாலை சாற்றி சர்க்கரைப் பொங்கல் படைத்து அர்ச்சனை செய்ய திருமண தடை நீங்கும்.

மகன் அல்லது கணவன் மிகவும் முரட்டுத்தனம் கோபத்துடன் எப்போதும் இருந்தால் காலபைரவரை ஏலக்காய் மாலை அணிவித்து வேப்பெண்ணெய், விளக்கெண்ணெய் இலுப்பை எண்ணெய் கலந்து தீபம் ஏற்றி வழிபட சாந்தகுணம் அடைவர். இதேபோல் கிறிஸ்துவ மதத்தில் மைக்கேல் சூலாயுதத்தால் தீய அரக்கனை அழிப்பதாக உள்ள படத்தின் முன் 8 மெழுகுவர்த்தி ஏற்றி வழிபட நல்ல பலன் கிடைக்கும். இதுவும் பைரவ வழிபாடே.

பைரவர் சகஸ்ரநாமத்தை கூறி அர்ச்சனை செய்து தயிர்சாதம் படைத்து வழிபட வழக்குகளில் வெற்றி கிட்டும்.

ஞாயிற்றுக்கிழமை இராகு காலத்தில் ருத்திராபிஷேகம் அல்லது விபூதி அபிஷேகம் செய்து வடைமாலை சாற்றி வழிபட திருமணத்தடை நீங்கி நல்வரன் அமையும்.

வெள்ளிக்கிழமை பைரவருக்கு வாசனை திரவியங்களால் அபிஷேகம் செய்து, வில்வமாலை சாற்றி, நெய்தீபம் ஏற்றி வழிபட வறுமை நீங்கி செல்வம் சேரும். கடன் சுமை படிப்படியாக குறையும்.

பிரபஞ்சத்தின் சகல ஜீவ இராசிகளும் கால சக்கரத்தின் ஆளுகைக்குட்பட்டது. கால சக்கரத்தை இயக்கும் பரம்பொருள் ஸ்ரீகாலபைரவர் ஆவார். காலசக்கரத்தின் கட்டுப்பாட்டை மீறி அதனால் துன்புறும் பக்தர்களை காப்பாற்றுவதால் ஆபத்துதாரனர் என்று அழைக்கப்படுகின்றார். பைரவர் என்ற நாமத்திற்கு பயத்தைப் போக்குபவர் என்று பொருள்.

பைரவரின் மகிமையான கோயில்களில் முக்கியமானது திருப்பத்தூர் (மதுரை) அருகே உள்ள திருகோட்டியூர் மற்றும் திருப்பத்தூர் யோக பைரவர் ஆலயம்.

திருப்பத்தூர் ஸ்ரீதிருத்தளிநாதர் ஆலயம், மதுரையிலிருந்து கிழக்கே சுமார் 60 கிமீ. தொலைவில் உள்ளது. இங்கு அருள் பாலிக்கும் ஸ்ரீயோக பைரவர் அபார சக்தி உள்ளவர். பைரவ வழிபாடு முழுவதும் ஒரு யோக முறையாகும். இங்கு சம்ஹார மூர்த்தமாக இருந்தாலும் யோக சொருபமா யோக நிலையில் இருக்கிறார். ஒவ்வொரு ஆண்டும் சித்திரை மாதம் முதல் வெள்ளிக்கிழமை இங்கு பைரவருக்கு ஜயந்தன் பூஜை நடக்கிறது. இந்நாளில் பைரவருக்கு அபிஷேகம் அர்ச்சனை செய்து வழிபடுபவர்கள் வேண்டுவன அனைத்தும் பெற்று நல்வாழ்வு பெறுவர்.

இங்குள்ள ஸ்தல விருட்சம் கொன்றை மரம் பிரணவ சக்தி மிகுந்தது. இந்த ஸ்தல விருட்சத்திற்கு வில்வ இலையினால்

அர்ச்சனை செய்து கற்கண்டு சாதம் அல்லது தயிர்சாதம் படைத்து வழிபட இழந்த செல்வத்தை திரும்ப பெறலாம்.

அலுவலகத்தில் மேல் அதிகாரிகள் சக ஊழியர்களால் பிரச்சனை எனில் காளி அல்லது விஷ்ணு துர்கைக்கு 6 செவ்வாழைப்பழம் வைத்து வணங்கி அர்ச்சனை செய்து அதை மற்றவர்களுக்கு விநியோகிக்கவும்.

பரணி நட்சத்திரமும், தேய்பிறை அஷ்டமியும் பைரவருக்கு உகந்த நாட்கள். பைரவருக்கு சாதாரண தைலத்தால் அபிஷேகம் செய்யக்கூடாது. சந்தனாதி தைலத்தால் செய்யவேண்டும். 9 முகம் கொண்ட ருத்ராட்சம் பைரவருக்குண்டானது. இதை அணிந்து பைரவரை வழிபட பலன் அதிகம். தற்காலத்தில் பிரபலமாகிவரும் வாஸ்து சாஸ்திரத்துக்கு கடவுளே ஸ்ரீபைரவர்தான். வாஸ்து சாஸ்திரம் 1. அரண்மனை வாஸ்து, 2. கோயில் வாஸ்து, 3. கிரஹ வாஸ்து என மூன்று வகைப்படும். இவற்றை பற்றி வந்த பழமையான 60 வாஸ்து சாஸ்திர நூல்களில் பைரவர் இடம் பெற்று உள்ளார். கோயில், கட்டிட அஸ்திவாரம், உற்சவ ஆரம்பம், புதிய தேர் அமைப்பு, தேர்திருவிழா உற்சவ முடிவு, வீடு கட்டுதல் போன்றவைகளுக்கு பைரவர் பூஜை மிகவும் அவசியம். பைரவர் வழிபாடு அசுவமேத யாகம் செய்த பலன் தரும்.

தங்கம், வைரம் மற்றும் நவரத்தினங்களை மக்கள் விரும்புகின்றனர். மூலிகைச் சாற்றினை எப்பொருள் மீது வைத்தாலும் தங்கமாக மாறும் சித்தியை கொங்கன முனிவர் ஸ்ரீ சொர்ண ஆகர்ஷண பைரவரை வணங்கிபெற்றார். கொங்கண முனிவர் ஜீவசமாதி திருப்பதியில் உள்ளது. ஸ்ரீசொர்ண பைரவர் உபாசகரான கொங்கனி முனிவர் ஜீவசமாதி இருப்பதால் திருப்பதியில் தங்கத்தையும், பணத்தையும் கொட்டுகிறார்கள். இத்தகைய ஸ்ரீசொர்ண பைரவரை நாம் வீட்டில் வைத்தே வணங்கினால் மிகுந்த செல்வம் கிட்டும்.

தனந்தரும் வயிரவன் தளிரடி பனிந்திடின் என்ற ஸ்ரீ துர்கைச் சித்தர் அருளிய பைரவ அஷ்டகத்தை திங்கட்கிழமை, வெள்ளிக்கிழமை மாலை 7 மணியளவில் நெய்தீபம் ஏற்றி படிப்பவர்கள் தம் வாழ்க்கையில் தனதான்ய விருத்தியை அடைவர். பௌர்ணமியன்று மாலை வேளையில் பைரவ அஷ்டகம் படித்து அவல் பாயாசம் நைவேத்யம் செய்துவரும் குடும்பம் எவ்வளவு வறுமையிருந்தாலும் படிப்படியாக செல்வம் சேர்ந்து முன்னேறுவர்.

இந்தியாவில் கன்னியாகுமரியில் மாயம்மாள் என்ற அம்மையார் இருந்து வந்தார். அவர் தற்போது இறைவனுடன் கலந்துவிட்டார். இறைவனை நேரில் சந்தித்து ஆசி பெற்றவர். குமரி அன்னை கோயிலை சுற்றி இருக்கும் மணலே இவரது இருப்பிடம். இவரைச் சுற்றி 27 நாய்கள் எப்போதும் இருக்கும். இவர்களே இவரது உறவினர்களும் பாதுகாவலர்களும் ஆவார்கள். காணிக்கையாக பணம் கொடுத்தால் சிலரிடம் வாங்கி மடியில் வைத்துக் கொள்வார். சிலரிடம் தன் மடியில் உள்ள பணத்தை எடுத்துத் தருவார். நம்மிடம் வாங்கினாலும், நமக்கு அளித்தாலும் அதன் பின் ஸ்ரீசொர்ண ஆகர்ஷன பைரவர் நம்முடனேயே இருப்பார். ஸ்ரீசொர்ண ஆகர்ஷண பைரவரின் அருளைப் பெற்றிருந்த இவ்வம்மையாரிடம் பொருளை பெற்றவர்களும் அவருக்கு உணவு அளித்தவர்களும் பாக்கியசாலிகள். இவ்வம்மையாரின் திருஉருவப் படத்தை வீட்டில் வைத்து வணங்குபவருக்கு என்றும் ஸ்ரீசொர்ண ஆகர்ஷண பைரவர் அருளால் வற்றாத செல்வம் கிட்டும்.

25.
விஷ்ணுதுர்கை

உலக மக்கள் சிறிது நாகரிகம் பெற்றபின் அவர்களுக்கு பல்வேறு தேவதா வழிபாடு தேவைப்பட்டது. அந்த தேவதை ஒரு பெரிய தேவதையாக இருக்கவேண்டும். மற்ற தேவதைகளின் சக்தியை பெற்றிருக்க வேண்டும் என எண்ணினர். அதனால் மகாகாளி மகாசரஸ்வதி மகாபார்வதி ஆகிய சக்திகளை இணைத்து ஒரு பெரிய தேவதையை உண்டு பண்ணினர். அதுதான் துர்கை. யயாதியின் புத்திரன் துர்க்கியன். அவன் துர்க்கியை ஆண்டுவந்தான். அவன் காலத்தில் வணங்கப்பட்டது தான் துர்கை. அப்பொழுது அவள் காளியம்சம் கொண்டவளாக இருந்தாள். அவள் சகல சக்திகளுக்கும் அதி தேவதையாக இருந்தாள். அவளுக்கு நூறு கைகள் உண்டு. அனைத்து ஆயுதங்களும் அவள் கையில் உண்டு. நவக்கிரஹங்களை மாலையாக அணிந்தவள். அவள் உடல் முழுவதும் தீக்கோழி முட்டைகள் பதிக்கப்பட்டவள். அவளை ஆங்கிலேயர் டயானா என்று பெயரிட்டு அழைத்தனர். துருக்கியர் தேசத்திலிருந்து இங்கு வழிபாட்டுக்கு வந்ததால் நாம் துர்கை என அழைக்கின்றோம்.

இந்தியாவில் துர்கை கோயில் முதன்முதலில் உண்டான இடம் உஜ்ஜையினி பக்கம் உள்ள துர்கை கோட்டம். பின் இந்தியாவில் அனைத்து இடங்களிலும் அதன் வழிபாடு பின்பற்றப்பட்டது. வனங்களிலுள்ள துர்கைக்கு வனதுர்கா பெயரிடப்பட்டது. இப்படி ஒன்பது வகையான துர்கா தோன்றியது. தமிழ்நாட்டில் மேற்படி துர்கையை

ஆதியில் துலுக்காணத்தம்மன் கோயில் கட்டி வழிபட்டனர். துர்கை வழிபாடு 1200 ஆண்டுகளுக்கு முந்தியது. இங்கு வனதுர்கைக்கு கொய்யாப்பழம் வைத்து வழிபடுகின்றனர். பவானி கோயிலில் மற்றும் சில இடங்களில் துர்கையை அருகம்புல் கொண்டு அர்ச்சனை செய்கின்றனர். துர்கை இராகு கிரஹத்துடன் இணைந்தது. திருவாதிரை, ஸ்வாதி, சதயம் ஆகிய நட்சத்திரக்காரர்களுக்கு அதிதேவதை துர்கை. ராகு எனப்படுபவர் இஸ்லாம் மதத்தை சேர்ந்தவர். ராகுவுடன் சம்பந்தப்பட்டது கறுப்பு உளுந்து. துர்கையை சாந்தப்படுத்த செவ்வரளி மாலை போடலாம். எலுமிச்சை மாலை போடலாம். நெய்தீபம் ஏற்றலாம்.

உளுந்து மாவு + வெல்லம் + பசுநெய் சேர்த்து மாவிளக்கு செய்து துர்கை முன் வைக்கலாம். வழிபாடு முடிந்தபின் அனைவருக்கும் வினியோகிக்கலாம். இதுவரை நாம் சாதாரண துர்கையைகண்டோம். இங்குநாம் ஆய்வுக்குஎடுத்துக்கொண்ட பொருள் விஷ்ணுதுர்கை. கம்சனின் சகோதரி தேவகிக்கு எட்டாவது குழந்தையாக ஸ்ரீகிருஷ்ணர் அவதரிக்கின்றார். அக்குழந்தை அவதரிக்கும் நேரம் ஸ்ரீவிஷ்ணுவின் ஆணையின்பேரில் கோகுலத்தில் நந்தகோபன் மனைவி யசோதையின் கருவில் விஷ்ணு மாயையாகிய விஷ்ணுதுர்கை அவதரிக்கின்றாள். வசுதேவர் பகவான் அருளால் தேவகி பெற்றெடுத்த ஸ்ரீகிருஷ்ணரை கோகுலத்தில் போட்டுவிட்டு யசோதை பெற்ற விஷ்ணு துர்கையை தேவகியிடம் கொண்டு வந்துசேர்த்து விடுகின்றார். எட்டாவது குழந்தை பிறந்த செய்தி சிறைக்காவலர்களால் கம்சனுக்கு தெரிவிக்கப்படுகின்றது. அந்த எட்டாவது குழந்தையால் தன் உயிருக்கு ஆபத்து என முன்பே நாரதர் மூலம் கேள்விப்பட்டிருந்தான். அதனால் அக்குழந்தையை வானத்தில் வீசி கீழே வாளைப் பிடித்தான். குழந்தை வானத்திலேயே நின்று கொண்டது. "டேய் மூடனே நானல்ல உன்னைக் கொல்ல வந்தது, உன்னைக் கொல்லப் போவது ஸ்ரீகிருஷ்ணன் அவன் கோகுலத்தில்

அவதரித்துள்ளான். முடிந்தால் அவனிடம் போரிட்டு பார்" என சொல்லி சிரித்தது. மேற்படி துர்கை தான் சங்கு சக்ரதாரியான விஷ்ணுதுர்கை. ஜலஅம்சம் கொண்டது. சதய நட்சத்திரம் ஜலஅம்சமான கும்பராசியில் உள்ளது. சதய நட்சத்திரக்காரர்கள் விஷ்ணுதுர்கையை வணங்கினால் வாழ்வில் பலவிதங்களில் உயர்வடைவர். விஷ்ணுதுர்கைக்கு தேங்காய் உடைக்கக்கூடாது. பழம் வெற்றிலைபாக்கு, சந்தனம், குங்குமம், பேரிச்சம்பழம், சீனாகற்கண்டு, பால் வைத்து வழிபடலாம். ரோஜா ஹாரம் சூட்டவேண்டும். பால்பாயசம் (அ) அவல்பாயசம் நைவேத்யம் செய்யலாம். வெள்ளிக்கிழமை தோறும் பகல் 12மணிக்குள் வணங்கவேண்டும். குறிப்பாக காலை 10.30 முதல் 12 மணிக்குள் வணங்கவேண்டும். இப்படி தொடர்ந்து எட்டு வெள்ளிக்கிழமை வணங்க வேண்டும். பின் தொடர்ந்து வணங்குவது தங்கள் வசதியைப் பொறுத்தது. மற்ற நட்சத்திரத்தாரும் ராகு திசை, ராகு புத்தி நடப்பவர்களும் வணங்கலாம். மந்திரம் தியானஸ்லோகம் ஆகியவைகளை பட்டாச்சாரியார்களிடம் கேட்டுக்கொள்ளுங்கள்.

26.
மாங்கல்யம் தரும் பஞ்சேஷ்டி

உலகில் வாழும் மனிதர்கள் நான்கு கடமைகளை செய்யவேண்டும் என நம் ரிஷிகள் வகுத்துள்ளனர். அவை ப்ரம்ம யக்ஞும், தேவயக்ஞும், பிதுர் யக்ஞும், பூத யக்ஞும் எனப்படும்.

இந்த நான்கு யக்ஞுகளுடன் ஸ்ரீஅகத்திய மாமுனிவர் அன்னதானம் என்கிற ஐந்தாவது யக்ஞயமாக மானுடயக்ஞுத்தை உருவாக்கிய இடம் தான் பஞ்சேஷ்டி என்ற திருத்தலம். பஞ்ச என்றால் ஐந்து, இஷ்டி என்றால் யாகம். ஐந்து யாகங்களும் ஒரு மனிதனுக்கு தலையான கடமை என ஸ்ரீஅகத்திய மாமுனிவர் உலகுக்கு உணர்த்திய இடம் பஞ்சேஷ்டி.

ஸ்ரீஅகத்தியர் மனிதனின் வயிறை ஒரு யாக குண்டமாக வர்ணிக்கிறார். அந்த வயிற்றில் பசி என்ற அக்னி குண்டத்தில் உணவு என்ற ஆகுதியை (உணவை) இட்டு அதை ஒரு யக்ஞுமாக மானுட யாகம் என உருவாக்கினார்.

இறைவன் ஸ்ரீஅகத்தீஸ்வரர் இறைவி ஸ்ரீஆனந்தவல்லி, தல விருட்சம் வில்வம் இறைவன் சுயம்பு லிங்கம், சுயம்புலிங்கத்தினுடைய இடது பாகத்தில் அம்பாள் மனோன் மணிய சக்தியை ஒரு அரூப மயமான தோற்றத்தில் வைத்து சிவசக்தி சொரூபமாக காட்சி அளிக்கிறாள். அம்பாள் ஆனந்தவல்லி முக்கிய நாயகியாக திருமேனி முழுவதும் மரகத கல்லால் ஆனது. அம்பாள் இடது பாதத்தை முன் வைத்து தீயசக்திகளை நீக்குபவளாக விளங்குகிறாள்.

எனது ஆராய்ச்சியில் கோவிலின் இராஜகோபுரம் தெற்கு நோக்கி இருந்தால் அது பரிஹார ஸ்தலம். பஞ்சேஷ்டி கோவிலின் பிரதான இராஜகோபுரம் தெற்கு நோக்கி உள்ளது. திருமணத்திற்காக வெள்ளிக்கிழமை அல்லது செவ்வாய்க்கிழமை இராகு காலத்தில் துர்கையை வணங்கும் பரிஹாரத்தை அப்பெண் தெற்கு நோக்கிய இராஜகோபுரம் உள்ள கோவிலில் செய்தால் விரைவில் தீர்வு கிடைக்கும்.

அசுரர்களை அழிக்க சத்ருஸம் ஹார கோலத்தில் ஸ்ரீஆனந்தவல்லி தாயார் கோபத்தின் எல்லைக்கே சென்று விட்டார். அம்பாள் கோபத்தைத் தாங்க அம்பாளின் சப்தசதி யந்திரம் பிரதிஷ்டை செய்து ஸ்ரீஅகத்தீஸ்வரர் சாந்தப்படுத்தி உள்ளார். வெள்ளிக்கிழமைகளில் அம்பாளுக்கு அபிஷேகம் செய்து 27 எலுமிச்சை மாலை அணிவித்து தேங்காய் இல்லாமல் வெற்றிலை, பாக்கு, பழம் நைவேத்யம் செய்து பன்னீர் ரோஜா மாலை அணிவித்து அர்ச்சனை செய்யும் பக்தர்களுக்கு திருமணம் உடனடியாக நடைபெறும். சனிக்கிழமை அல்லது ஞாயிற்றுகிழமைகளில் மேற்கூறிய அர்ச்சனை செய்தால் எதிரி தொல்லைகள் அழியும். காரிய தடங்கல்கள் நீங்கும்.

திருமணம் ஆகாத பெண்கள் 8 வெள்ளிக்கிழமை ஸ்ரீஅகத்தீஸ்வரருக்கு தேங்காய் இல்லாமல் அர்ச்சனை செய்வதால் திருமணம் விரைவில் கை கூடும். மருவு எனப்படும் மரிக்கொழுந்து மாலை அணிவிக்கவும், ஆண், பெண் இருபாலரும் திருமண தடை நீங்க ஒவ்வொரு வெள்ளிக்கிழமை அர்ச்சனை செய்யும் போது ஒரு கிலோ பச்சரிசி எடுத்துச் சென்று அரிசியில் கைகளை வைத்து திருமண தோஷம் நீங்க வேண்டும் என பிரார்த்தனை செய்து கோவிலில் கொடுக்கவும். 8வது வாரம் அந்த 8 கிலோ அரிசியையும் தயிர் சாதமாக்கி அன்னதானம் செய்யவும்.

இக்கோவிலில் அம்பாளுக்கு முன் உள்ள சப்தசதி எந்திரத்தின் தேவதைகள் சிற்பங்கள் வடிவில் ராஜகோபுர

நுழைவாயிலில் மேல் முகப்பில் அமைந்துள்ளது. இக்கோவிலின் உள்ளே நுழையும் போதே ஒரு மனிதனின் மேல் உள்ள கண் திருஷ்டி நீங்கி புது பொலிவு பெறுவர்.

வேலையில் வீண் பழி சுமத்தப்பட்டு நீக்கப்பட்டவர்கள் இந்த ஆலயத்தில் தீபம் ஏற்றி முடிந்த அளவு அன்னதானம் செய்தால் இழந்த பதவியை மீண்டும் பெறுவர். உயர் பதவி பெறுவதில் தடைகள் இருப்பவர்களும் இதே பரிஹாரத்தைச் செய்யலாம்.

பஞ்சேஷ்டி ஒரு அன்னதான சேத்திரம். இங்கு செய்யப்படும் அன்னதானம் மானுடயாகம் என அழைக்கபடுகிறது. மானுடயாகம் செய்வது அஸ்வமேத யாகம் செய்வதற்கு ஒப்பாகும்.

இவ்வாலயத்தின் வடக்கு மூலையில் அகத்தியரின் சீடர் புலஸ்திய முனிவரின் சமாதி உள்ளது. அச்சமாதி மேல் லிங்கம் பிரதிஷ்டை செய்யப்பட்டு இஷ்டலிங்கம் என்ற பெயருடன் வணங்கப்படுகிறது. அச்சந்நிதியில் நெய்தீபம் ஏற்றி பன்னீர் ரோஜா மாலை சாற்றி அர்ச்சனை செய்தால் கடன் தொல்லை நீங்கும். வியாபாரத்தில் முன்னேற்றம் வரும். மன சஞ்சலங்கள் நீங்கும். இத்திருக்கோவிலில் எவ்வளவுக்கதிகமாக தீபம் ஏற்றுகிறோமோ அவ்வளவு நம் வாழ்வில் ஒளி வீசும்.

இவையனைத்துக்கும் சிகரம் வைத்தாற்போல் இத்திருக்கோவிலில் நடக்கும் பள்ளியறை பூஜை விசேஷமானது. பிரிந்த கணவனை மீண்டும் சேர வேண்டும் என இப்பள்ளியறை பூஜையில் பால் நைவேதனம் செய்தால் உடனடி பலன் கிடைக்கும்.

இக்கோவிலுக்கு சென்று முடிந்த அளவு அன்னதானம் செய்து சந்நிதியில் தீபம் ஏற்றுங்கள். வாழ்வில் மகிழ்ச்சியை பெறுங்கள்.

வழி: சென்னை ரெட்ஹில்ஸ் அடுத்த காரனோடையிலிருந்து 3 கிமீ. தொலைவில் உள்ளது.

வழி: சென்னை ரெட்ஹில்ஸ் அடுத்த காரனோடையிலிருந்து 3 கிமீ. தொலைவில் உள்ளது.

27.

குறைகளை காதுகொடுத்து கேட்கும் ஸ்ரீஅமிர்தாம்பிகை

ஒரு கோவிலின் இராஜ கோபுரம் தெற்கு நோக்கி இருந்தால் அதுமிகச் சிறந்த பரிஹார ஸ்தலம். அவ்வகையில் சென்னை அருகே உள்ள திருமிழிசையிலிருந்து 5 கிமீ. தொலைவில் உள்ள நேமம் என்ற கிராமத்தில் ஸ்ரீ அமிர்தாம்பிகை உடனுரை ஸ்ரீஆவுண்டீஸ்வரர் ஆலயம் உள்ளது.

எவ்வளவு விரதம் இருந்தாலும், இறைவனை வேண்டினாலும் மனிதனாக பிறந்தவன் தங்களுடைய பிதுர்களுக்கு முறையான தர்ப்பணங்கள், பிதுர் சாந்தி பெற திலஹோமம் செய்யாவிடின் பிரச்சனைகள் தீர வழி கிடைக்காது. பொருளாதாரத்தில் நலிவுற்றவர்கள் பிதுர் கடன் தீர தர்ப்பணம் செய்ய மிக சிறந்த ஸ்தலம் ஸ்ரீஅமிர்தாம்பிகை திருக்கோயில். கோவிலின் கிழக்கே உள்ள குளத்தில் நீராடி பித்ருக்களுக்கு உரிய முறையில் தர்ப்பணம் அளிக்க உரிய கோவில் இது. அமாவாசை, ஏகாதசி திதி, சனிக்கிழமை தர்பணம் செய்ய உகந்த நாட்கள், பணிபுரியும் இடத்தில் இடமாற்றம் வேண்டுவோர் பிதுர் தர்ப்பணம் செய்து அன்னதானம் இத்தலத்தில் செய்தால் உரிய பணி இடமாற்றம் கிடைத்திடும்.

ஸ்ரீஅமிர்தாம்பிகை நின்ற திருக்கோலத்தில் வலது பக்கம் செவி சாய்த்து பக்தர்கள் குறை கேட்கும் கோலத்தில் இருக்கின்றாள். திருமணத்தடை நீங்க அம்பிகைக்கு கண்ணாடி

வளையல்களால் மாலை சாற்றி வழிபட, திருமணம் உடனடி நடக்கும். திருமணம் ஆகியும் அமைதியான வாழ்வு இல்லாத பெண்கள், விவாகரத்து ஆன பெண்கள், பிரிந்து வாழும் தம்பதிகள், இறைவனுக்கும் இறைவிக்கும் பாலாபிஷேகம் செய்து வேண்டிட இனிமையான வாழ்வு கிட்டும்.

வைதிருதி, வ்யாதிபாத யோகம் என்ற இரண்டில் ஏதாவது ஒரு யோகத்தில் பிறந்த குழந்தைகள் முரட்டு குணம் கொண்டதாகவும், பெற்றோர்களை அரவணைத்து செல்லாதவர்களாகவும் இருப்பார்கள். இத்தகைய குழந்தைகளின் பெற்றோர்கள் இத்தலத்தில் வியாதிபாத யோக நாட்களில் பித்ரு தர்ப்பணம் செய்ய குழந்தைகளின் மனநிலையில் மாற்றம் ஏற்படும். ஜாதகத்தில் குழந்தை எந்த யோக நாளில் பிறந்துள்ளது என குறிப்பிட்டு இருக்கும்.

இங்குள்ள பைரவர் ஸ்ரீஅமிர்த யோகீஸ்வர பைரவர். சனி பகவானால் ஏற்படும் இன்னல்கள் நீங்க இவருக்கு சனிக்கிழமைகளில் அபிஷேகம் அர்ச்சனை செய்யவும். குழந்தை பாக்கியம் பெறவும், பித்ரு தர்பணம் செய்யவும், வைதிருதி, வ்யாதிபாத யோகத்தில், பிறந்தவர்கள் பிதுர் தோஷம் நீங்க வழிபட வேண்டிய இத்திருத்தலம் மிகவும் சிதிலமடைந்துள்ளது. பக்தர்கள் இயன்ற அளவு அபிஷேகம் செய்து கோவில் முழுவதும் தீபம் ஏற்றி உங்கள் வாழ்வு வெளிச்சமுற வேண்டும் என பிரார்த்தனை செய்யுங்கள். உங்கள் குறைகளை குனிந்து செவி கொடுத்து கேட்கும் ஸ்ரீ அமிர்தாம்பிகையின் அருளால் வாழ்வு வளமையடையட்டும்.

28.

சங்கடம் தீர்க்கும் சக்கரையம்மாள்

தங்கள் சித்தத்தின்படி தம் தவ வலிமையினால் பஞ்ச பூதங்களை இயக்கியவர்கள் சித்தர்கள். தங்கள் உடலையும் ஆன்மாவையும் சமாதியில் அடக்கி தவமிருந்து என்றும் நம் வாழ்வில் துணையாய் வழிகாட்டுகின்றனர்.

உயிருடன் தம்மை சமாதி நிலையில் அமர்ந்து தம்மை சுற்றிலும் சுவர் எழுப்பிதியானத்தில் அமர்ந்தவர்கள் நிலைதான் ஜீவசமாதி. உதாரணம் பகவான் ஸ்ரீஇராகவேந்திரர். ஜீவ சமாதியான சித்தர்களுடன் சமாதியான நாளிலிருந்து 60வது நாளில் தொடர்பு கொள்ள முடியும். அவர்கள் நம்முடன் பேசுவார்கள். காட்சி கொடுப்பார்கள். ஜீவசமாதியில் நாம் உபயோகிக்க வேண்டியது தெய்வ ஆகர்ஷண மந்திரம்.

சில சித்தர்கள் உடலை விட்டு உயிர் பிரிந்து முக்தி அடைந்த பின் சமாதி நிலையில் வைக்கப்படுவார்கள். இங்கு நாம் பிதுர் ஆகர்ஷண மந்திரம் பிரயோகப்படுத்த வேண்டும்.

இவ்வகையில் சென்னை திருவான்மியூரில் அருள்பாலித்து மக்களின் சங்கடங்களை தீர்க்கும் அற்புத சித்தர் ஸ்ரீசக்கர அம்மன். வடஆற்காடு மாவட்டம் போளூர் என்ற ஊரை அடுத்த தேவிகாபுரம் என்ற சிற்றூரில் ஆனந்த வருடம் 1854ல் தகப்பனார் சேஷக்குருக்களுக்கு மகளாக அவதரித்தார். அனந்தாம்பாள் என்பது இயற்பெயர். சிறுவயதிலேயே கணவனை இழந்த அம்மா கணவன், இறந்த 10ம் நாள் தலை குளித்து வெள்ளை புடவை அணிந்து இருபது வயது முதல்

30 வயது வரை அதாவது 10 ஆண்டுகள் சூரிய சந்திரர்கள் வாசம் செய்யும் மொட்டை மாடியில் ஒரு திண்ணையில் அன்ன ஆகாரமின்றி தவம் செய்ததின் பலனாய் பர ஒளி தரிசனம் கிடைக்கப் பெற்றார்கள். அம்மா அவர்கள் அஷ்டமா சித்திகளில் ஒன்றாகிய லஹிமா என்ற சித்தியை பெற்று பறவை போல் பறந்து இருக்கிறார்கள். பரிசுத்தமான ஆத்மாவினால் தான் இச்சக்தியை அடைய முடியும். சிவபூஜையுடன் ஸ்ரீசக்ர வழிபாடு செய்த அம்மையாரை ஸ்ரீசக்ர அம்மன் என அழைத்து, அது மருவி ஸ்ரீசக்கரை அம்மன் என்றானது.

1901ம் ஆண்டு பிப்ரவரி மாதம் 26ம் தேதி திருவாதிரை நட்சத்திரத்தில் ஸ்ரீசக்கரை அம்மாள் முக்தி அடைந்தார்கள். அம்மாவின் பிருந்தாவனம் சென்னை திருவான்மியூரில் கலாஷேத்திரா காலனியில் காமராசர் சாலை, ஸ்ரீபாம்பன் சுவாமிகள் சமாதி அருகே உள்ளது.

உங்கள் கோரிக்கை நிறைவேற அம்மாளின் பிருந்தாவனத்தில் நல்லெண்ணெய் தீபம் ஏற்றுங்கள். திருமணத் தடை நீங்க, வேலை பெற, பிரிந்த தம்பதியினர் ஒன்று சேர, உடல் நோய்கள் தீர அம்மாவின் பிருந்தாவனத்தில் பிரார்த்தனை செய்யுங்கள். உலர்ந்த திராட்சை, டைமண்ட் கற்கண்டு, கனி வகைகளை நைவேத்யமாக படைத்து அம்மாவின் நாமாவளியை கூறிய படி சமாதியை 12 முறை சுற்றி வருவது சிறப்பு. அம்மா அமர்ந்த நிலையில் காட்சி கொடுக்கும் அழகான அமைதியான தியான மண்டபம் உள்ளது.

இப்பிருந்தாவனத்தில் அமாவாசை அன்று நடைபெறும் அன்னதானத்தில் பங்கு பெற்று பிதுர்களின் ஆசியோடும் அம்மாவின் ஆசி பெற்று பயனடையுங்கள். திருவாதிரை மற்றும் வெள்ளி, வியாழன் ஆகிய நாட்களில் நடைபெறும் வழிபாட்டில் கலந்து கொண்டு உங்கள் சங்கடங்களை தீர்த்து வைக்கும் ஸ்ரீசக்கரை அம்மனின் அருளை பெறுங்கள்.

நன்றி

ஒவ்வொரு "திருவாதிரை" அன்றும் ஆன்மீக சொற்பொழிவு நடத்த எனக்கு வாய்ப்பளித்த சக்கரை அம்மன் கோவிலின் அறக்கட்டளை நிர்வாகிகள் திரு. சுரேஷ் மற்றும் அவர் துணைவியார் திருமதி சுமனா அவர்களுக்கும் மனமார்ந்த நன்றி.

29.
ஜீவசமாதி

ஜோதிடம் என்பது ஒரு வழிகாட்டி. பரிஹாரங்கள் மனிதனுக்கு வரும் துன்பங்களிலிருந்து அவனை காப்பாற்றும். நடப்பது நடக்கத்தான் போகிறது என்றாலும் வேதனை அனுபவிக்க வேண்டி வராமல் இருக்க முடியும். இதற்கு அடிப்படையாக தெய்வ நம்பிக்கையும், நன்னடத்தையும், ஒழுக்கமும் உபதேசங்களை பின்பற்றும் மனப்பான்மையும், புலால் உண்ணாமையும் அவசியம்.

இப்படிப்பட்ட ஓர் அரிய விஞ்ஞான கலையில் பரிஹாரம் என்பது ஒரு படலம். எல்லாவற்றிற்கும் பரிஹாரம் செய்யும் மனிதன் சனி பகவானை பார்த்து பயப்படுகிறான். அஷ்டம சனி, ஜென்ம சனி, சனி திசை, 71/2 சனி ஆகியவற்றிற்கு பொதுவாக சனிக்கிழமை அன்று சனிபகவானுக்கு எள் தீபம் ஏற்றி அர்ச்சனை செய்வார்கள். உண்மையிலேயே அவ்விதம் செய்வதால் சனிபகவானின் பாதிப்பு கடுமையாக இருக்குமே அன்றி குறையாது. பின் அதற்கு பரிஹாரம் என்ன?

தன்னைத் தானே அறிவது ஆன்மீகம். சித்தர்கள் தங்களை அறிந்ததோடு விண்ணையும் மண்ணையும் அறிந்தவர்கள். சித்தர்கள் மனித குல மேம்பாட்டுக்காக பாடுபட்டனர். தாங்கள் அனுபவித்தவைகளை, அனுபவத்தில் கண்ட உண்மைகளை மக்களுக்கு அளித்ததோடு மட்டுமில்லாமல் பின் வரும் சந்ததியினர் ஆன்மீக உணர்வை தொலை நோக்குப் பார்வையாக உணர வேண்டும் என தம் ஜீவனுடன் சமாதியில்

தம்மை அடக்கி எதிர்கால சந்ததியினருக்கும் அருளாசி வழங்கி கொண்டு இருக்கிறார்கள்.

கிரஹ நிலைக்கு அப்பால் இயங்கும் பஞ்சபூதங்களை தங்கள் தவ வலிமையினால் தங்கள் சித்தத்தின் படி இயக்கியதால் சித்தர்கள் என அழைக்கப்பட்டார்கள்.

சித்தர்கள் கண்களுக்கு இந்த உலகம் அண்ட பெரு வெளியாகவும், இறைவனாகவும் காட்சி அளித்ததை தங்கள் ஆன்மாவோடு ஐக்கியப்படுத்தி பார்த்தவர்கள். மரணத்தை வெல்ல முடியும் என்று மண்ணில் நிலை நாட்டியவர்கள் சித்தர்களே.

ஜாதகம், பரிஹாரம், இறை வழிபாடு, ஹோமம் இவையனைத்திலும் வெற்றி பெற முடியாதவர்கள் ஏதாவது ஒரு ஜீவ சமாதியை நாடிச் செல்லுங்கள். அவரவர் பிரச்சனையை தீர்க்கும் ஜீவ சமாதியை கண்டுப்பிடித்து வழிபடுங்கள்.

நமக்குண்டான சிறுபுத்தியைக் கொண்டு பெரும் காரியங்களை சாதிக்க இயலாது. ஏதாவது ஒரு தூய ஆவியின் துணை இருந்தால் தான் நம் நியாயமான கோரிக்கையை நிறைவேற்றலாம். ஜாதகம் மற்றும் விதிக்கு அப்பாற்பட்டு இயங்கலாம். சித்தர்கள் தம் மன சங்கல்பத்தாலேயே எந்த ஒரு பொருளையும் இன்னொரு பொருளாக மாற்றலாம். ரச வித்தை மூலம் கொங்கண முனிவர் உலோகங்களை தங்க கட்டிகளாக மாற்றினார். முற்றும் துறந்த சித்தர்களின் எச்சில், மலம், மூத்திரம் கூட தங்கமாக மாறும். இதற்கு உதாரணம் செங்கோட்டையில் ஜீவ சமாதியாக உள்ள சித்தர் பெருமான் ஸ்ரீ ஆறுமுக சுவாமி.

ஒரு சித்தர் எட்டு இடங்களில் சமாதி ஆகலாம் என போகர் சுவடிகளில் கூறப்பட்டுள்ளது. நமக்கு 12 ஆண்டுகள் என்பது ஜீவ சமாதி ஆன சித்தர்களுக்கு ஒரு ஆண்டு ஆகும். அதனால் தான் 12 ஆண்டுகளுக்கு ஒரு முறை கோவில்களில்

கும்பாபிஷேகம் நடைபெறுகிறது. ஒவ்வொரு பழமையான கோவிலும் ஒரு சித்தர் பீடமே.

ஜீவ சமாதிகள் எனப்படும் சமாதிகள், அதில் அடங்கியுள்ள சித்தர் சமாதியான 40 ஆண்டுகள் கழித்து இயங்க ஆரம்பிக்கும். பேசும், காட்சி கொடுக்கும். சித்தர்களுடன் பேசும் ISD CODE "ஓம் சிங்ரங் அங்சிங்". இதை முறைப்படி உருவேற்றினால் சித்தர்களுடன் பேச முடியும் என்பதை என் ஆன்மீக குரு திரு. மிஸ்டிக் செல்வம் அவர்கள் மூலம் கற்றறிந்தேன். மனிதனின் வாழ்க்கையையே மாற்றி அமைக்கும் சக்தி ஜீவ சமாதிகளுக்கு உண்டு. தெய்வ ஆகர்ஷண மந்திரம் மூலம் ஜீவ சமாதியில் உள்ள சித்தருடன் தொடர்பு கொள்ளலாம்.

ஒரு சித்தர் இயற்கையாக முக்தி அடைந்த பின் எழுப்பப்படும் சமாதிகளுக்கு சாதாரண சமாதி எனப்பெயர். இத்தகைய சமாதிகளின் சக்தி சுமார் 60 ஆண்டுகளுக்கு பின் வெளிவரும். பிதுர் ஆகர்ஷண மந்திரம் மூலம் இத்தகைய சமாதிகளில் உள்ளவர்களிடம் தொடர்பு கொள்ளலாம்.

இஸ்லாம், கிருஸ்தவ மதங்களிலும் சமாதிகள் உண்டு. எந்த ஒரு பிரச்சனை தீரவும் மாற்று முறை உண்டு. அதுதான் ஜீவ சமாதி வழிபாடு.

ஏழரை சனி, ஜென்ம சனி, அஷ்டம சனி, ஆகிய நேரங்களில் எந்த கோவிலுக்குப் போனாலும் நிவர்த்தி கிடைக்காது. இந்நேரத்தில் சனீஸ்வரருக்கு எள் தீபம் போட்டால் துன்பம் அதிகரிக்கும். எள்ளை அப்படியே கருப்புத் துணியில் கட்டி தீபம் போடுவது தவறு. அப்படி ஏற்றும் போது எள் வெடித்து சிதறும். நல்லெண்ணெய் தீபம் தான் சிறந்தது.

சென்னையைச் சுற்றி பல சமாதிகள் உள்ளன. சென்னை கபாலீஸ்வரர் கோயிலில் உள்ள ஸ்ரீ வாயிலார் நாயனார் சமாதி ரேவதி நட்சத்திரத்தில் பிறந்தவர்களுக்குரிய

வழிபாடு இடமாகும். குழந்தைகளின் படிப்பில் முன்னேற்றம் வேண்டுபவர்களும் இவரை வணங்கி நன்மை பெறலாம்.

பொதுவாக எந்த சமாதியானாலும் நமக்கு பிடித்த உணவை வைத்து வணங்கக் கூடாது. உலர்ந்த திராட்சை, கற்கண்டு, கனிகள் ஆகியவை படைத்து ஊதுவத்தி, நெய்தீபம் ஏற்றி வழிபட வேண்டும்.

புதன்கிழமைகளில் அமிர்த யோக நேரத்தில் ஜீவ சமாதியின் மேல் பிரதிஷ்டை செய்யப்பட்டுள்ள சிவலிங்கத்திற்கு சந்தன காப்பிட்டு மறுநாள் அச்சந்தனத்தை எடுத்து ஒரு சிறிய வெள்ளி பாத்திரத்தில் வைத்துக் கொண்டு தினசரி குழந்தைகளுக்கு நெற்றியில் சிறிதளவு பூசினால் சந்தனத்தில் உரு ஏறிய வித்யாதாரண கதிர்கள் குழந்தைகளின் படிப்பில் கவனம் செலுத்தவும், ஞாபக சக்தி பெருகவும் பெருமளவு உதவும்.

கோயம்புத்தூரில் பேரூர் என்ற இடத்தில் உள்ள ஸ்ரீபட்டீஸ்வரர் கோவிலில் பின்பக்கம் ஸ்ரீபால தண்டாயுதபாணி பிரதிஷ்டை செய்யப்பட்டுள்ள இடத்தின் பின்னால் ஸ்ரீகோரக்க சித்தர் சமாதி உள்ளது. பிரச்சனைகள் தீர அவரவர் ஜென்ம நட்சத்திரம் அல்லது ஜென்ம நட்சத்திரத்திலிருந்து ஆறாவது நட்சத்திரத்தில் அபிஷேக ஆராதனை செய்து அந்த அபிஷேக விபூதியை தினசரி உபயோகித்து வர பிரச்சனைகள் தீரும். ஸ்ரீபால தண்டாயுதபாணி சுவாமிக்கு சத்ரு சம்ஹார த்ரிசதி பூஜை செய்தால் செய்வினை மற்றும் எதிரிகளின் தொல்லையிலிருந்து விடுபடலாம்.

அதிகமான வேலைபளு, பணியில் வேறு இடத்துக்கு மாறுதல் வேண்டுபவர்கள், மேலதிகாரிகளின் தொல்லையில் இருந்து விடுபட திருநெல்வேலி அருகே உள்ள செங்கோட்டையில் சித்தர் ஸ்ரீ ஆறுமுக சுவாமி ஜீவ சமாதியில் வழிபாடு செய்து அன்னதானம் செய்ய நல்ல தீர்வு கிடைக்கும், நியாயமான கோரிக்கை நிறைவேறும். செங்கோட்டை கேரளா பார்டரில்

உள்ளது இவரது ஜீவ சமாதி. குற்றாலத்திலிருந்து டவுன் பஸ் வசதி உள்ளது.

ஜாதகத்தில் குருபகவான் 6, 8, 12 ஆகிய இடங்களிலிருந்தால் சித்தர் சமாதியில் வழிபாடு செய்வது பிரச்சனைகளிலிருந்து விடுபட வழிவகுக்கும்.

ஒவ்வொரு சித்தரும் ஒவ்வொரு பிரச்சனைகள் தீர வழி காட்டுகிறார்கள். மகரிஷிகளிடையே தவத்தின் தன்மை மாறுபடும். அதேபோல் அவர்களுடைய ஆசிர்வதிக்கும் தன்மையும் விதவிதமாக மாறுபடும். ஸ்ரீகருடக் கொடி சித்தர் தினமும் ஸ்ரீகருட பகவானையே தியானித்து தவம் இருந்து ஸ்ரீகருட பகவானின் ஆசியைப் பெற்றவர். இவருடைய திருவுருவத்தை சென்னை-பூந்தமல்லி அருகே உள்ள சித்துக்காடு என்னும் திருத்தலத்தில் ஸ்ரீவரதராஜ பெருமாள் ஆலயத்தில் ஸ்ரீஆண்டாள் சந்நிதியில் உள்ள ஒரு தூணில் காணலாம். நோய் தீர்க்கும் மந்திரமான ஸ்ரீகருட பஞ்சாட்சரி, ஸ்ரீகருட காயத்ரி மந்திரத்தை ஜெபித்தவாறே இவரை வணங்கினால் கடுமையான நோய்கள் தீர சிறந்த மருத்துவம் கிடைக்கும்.

இதே போல் வயிறு சம்மந்தமான நோய்களை தீர்க்க வல்ல ஸ்ரீஅக்னி புராந்தக மகரிஷி ஜோதி வடிவில் சூட்சும நிலை கொண்டுசென்னை அருகே திருக்கச்சூர் சிவாலயத்தில் தூணில் குடி கொண்டுள்ளார். வயிறு சம்பந்தமான உபாதைகள் நீங்க இக்கோயிலில் சிவனுக்கு அபிஷேக ஆராதனை செய்தால் உடனடி தீர்வு கிடைக்கும்.

மூன்றாம் பிறை சந்திர தரிசனம் செய்து சில மணி துளிக்குள் ஏதாவது ஒரு சித்தர் சமாதியில் நெய் தீபம் ஏற்றி தரிசனம் செய்தால் திருமணத் தடை நீங்கும், விவாகரத்து நிலையிலுள்ள தாம்பத்திய உறவு சுமூகமாக ஒன்று சேரும். காஞ்சிபுரத்தில் உள்ள ஸ்ரீபோடா சித்தரின் சமாதி, மற்றும்

காஞ்சி பெரியவாளின் ஸ்ரீபரமாச்சார்யாள் சமாதிகளில் இவ்வழிபாடு மிகவும் சிறப்பு.

திருப்போளூரில் உள்ள ஸ்ரீசிதம்பரம் சுவாமிகள் மடத்தில் அவரின் சமாதியின் முன் உள்ள புளிய மரத்தில், மஞ்சள் பூசிய நூலில் விரலி மஞ்சளை கட்டி அம்மரத்தில் கட்டினால் எதிரியினால் வரும் தொல்லை நீங்கும். தொல்லைகள் நீங்கிய பிறகு சமாதியின் பின்னால் உள்ள மாமரத்துக்கு மஞ்சள் தடவி வணங்கி ஏழைகளுக்கு அன்னதானம் செய்ய வேண்டும்.

சனீஸ்வரர் நவாம்சத்தில் புதன் வீட்டில் இருந்தாலோ அல்லது இராசியில் புதனுடன் இருந்தாலோ குல தேவதை அனுமார் என நிச்சயிக்கவும்.

ஜீவசமாதிக்கு சென்று வழிபட இயலாதவர்கள் தங்கள் வீட்டிலேயே தாங்கள் விரும்பும் சித்தரின் திருவுருவப்படத்தை வைத்து வழிபடலாம். உதாரணமாக ஸ்ரீஈஸ்வரபட்டர் ஜீவசமாதிக்கு செல்ல இயலாதவர்கள் அவர் படத்தை நன்றாக சுத்தம் செய்து மஞ்சள் குங்குமம் வைத்து நறுமணமான மலர் சாற்றி அறையின் நடுவில் ஒரு உயர்ந்த (Height) பலகையின் மீது (நாம் அப்படத்தை சுற்றி பிரதட்சணம் செய்யும் வகையில்) வைக்கவும். படத்தின் முன்னால் ஒரு சிறிய நெய்தீபம் ஏற்றி வைக்கவும். படத்தின் முன் உலர்ந்த திராட்சை, டைமண்ட் கற்கண்டு, வாழைப்பழம், வெற்றிலைபாக்கு வைக்கவும். தேங்காய் வேண்டாம். பின் சிறிய மஞ்சள் பிள்ளையார் வைத்து விநாயகரை அஷ்டோத்திரம் கூறி மலர்களால் அர்ச்சனை செய்து வாழைப்பழத்தை நைவேத்யம் செய்யவும். பூஜையில் வாசனையான ஊதுபத்தி ஏற்றி வைக்கவும். விநாயகர் பூஜை முடிந்த பின் கைகளில் சிறிது ஜவ்வாது, அத்தர் ஆகியவை வைத்து சிறிதளவு தண்ணீர் விட்டு குழைத்து கைகள் கழுத்து ஆகிய பகுதிகளில் பூசிக்கொள்ளவும்.

பின் சித்தர் படத்தின் முன் வடக்கு திசை நோக்கி அமர்ந்து சித்தரின் நாமாவளியை 27 முறை கூறவும். உதாரணமாக

"ஸ்ரீஈஸ்வர பட்டாய நமஹ" என கூறவேண்டும். பின் கற்கண்டு உலர்ந்த திராட்சைகளை நைவேத்யம் செய்யவும். இது முடிந்ததும் சித்தர் படத்தை 27 முறை சுற்றி வந்து வணங்கவும். சுற்றும்போது உங்களுடைய வேண்டுதலை கூறிக்கொண்டே சித்தரை வணங்கவும். 8 நாளில் பூஜை முடிந்ததும் உங்கள் கோரிக்கை நிறைவேறும்.

அருகில் உள்ள ஏதாவது ஒரு ஜீவ சமாதியில் நெய்தீபம் ஏற்றி கனி வகைகளை வைத்து தியானம் செய்து தொடர்ந்து வணங்கிவர சனிபகவானின் கடுமை குறையும்.

அவரவர் பிரச்சனைகளை தீர்க்கும் சித்தரின் ஜீவ சமாதியை கண்டுபிடித்து அங்கு தியானம் செய்வது நன்மை தரும். சென்னையை சுற்றி சுமார் 49 ஜீவ சமாதிகள் உள்ளன.

பழநிமலை அடிவாரத்தில் அரசினர் பெண்கள் கலை கல்லூரி பின்புறம் ஸ்ரீஈசுவரபட்டர் ஜீவசமாதி உள்ளது. சனிபகவான் கடுமை தவிர வியாபாரத்தில் நஷ்டமடைந்தவர்கள், பொருளாதார சிக்கல் உள்ளவர்கள் இங்கு பௌர்ணமி அல்லது அமாவாசை இரவு தங்கி வழிபடுவது உரிய நற்பலனை தரும்.

மதுரை புதுக்கோட்டை மார்க்கத்தில் உள்ளது சிங்கம்புணரி என்ற ஊர். இங்கு வாத்யார் என அழைக்கப்படும் ஸ்ரீமுத்து வடுகநாதர் ஜீவசமாதி உள்ளது. இவர் ஸ்ரீவாராஹி உபாசகர். ஸ்ரீவாராஹி வழிபாட்டில் மேன்மையான நிலை அடைந்தவர். எதிரிகளின் தொல்லை, பில்லி, ஏவல், சூன்யம் போன்றவற்றிலிருந்து விடுதலையையும், நியாயமான கோர்ட் விவகாரங்களில் நல்ல தீர்ப்பையும் பெற்று தரவல்லவர். வெளியூர், வெளிநாட்டில் வாழ்பவர்கள் இங்குள்ள கோயில் நிர்வாகிகளுடன் தொலைபேசி அல்லது கடிதம் மூலம் தொடர்பு கொண்டு அபிஷேக ஆராதனைகளை செய்து கொண்டு அவரின் படத்தை வரவழைத்து வீட்டில் பூஜை செய்யலாம்.

ஜாதகம், பரிஹாரம், இறை வழிபாடு, ஹோமம் இவையனைத்திலும் வெற்றி பெற முடியாதவர்கள் ஜீவசமாதியை நாடி செல்லுங்கள்.

சென்னையைச் சுற்றியுள்ள ஜீவசமாதி		
மஹானின் பெயர்	கோவிலின் பெயர்	ஜீவசமாதி இருக்கும் இடம்
வாயிலார் நாயனார்	கபாலீஸ்வரர் கோயில்	மயிலை கபாலீஸ்வரர் கோயில்
வள்ளுவர் வாசுகி	வள்ளுவர் கோயில்	மயிலை வள்ளுவர் சிலையருகே
அப்பர் சுவாமிகள்	அப்பர் சுவாமி திருக்கோயில்	மயிலை வள்ளுவர் சிலையருகே
குழந்தைவேல் சுவாமி	குழந்தைவேல் சாமியார் கோயில்	JDP Guild Buildg. சித்திரை குளம் எதிரில் (Near R.V. Medical)
முத்துலிங்க சுவாமி சிற்ப சுவாமி	சிவன்கோயில்	Near P.F. Office Royapettah
சிதம்பர சுவாமிகள் அம்பலவாண சுவாமி	சிதம்பரசுவாமி கோயில்	வேளச்சேரி ரோடு தண்டீஸ்வரர் கோயில் அருகில்
ராஜ்பவன் தர்கா	ராஜ்பவன்	கிண்டி ராஜ்பவன்
கோழிப்பீ சுவாமிகள்	சாய்பாபா கோயில்	கிண்டி சாய்பாபா கோயில்
சன்னியாசி சுவாமி	குழந்தைவேல் சுவாமிகள் கோயில்	ஆபிரகாம் நகர் ஆலந்தூர், Behind EB Office

சென்னையைச் சுற்றியுள்ள ஜீவசமாதி		
மஹானின் பெயர்	கோவிலின் பெயர்	ஜீவசமாதி இருக்கும் இடம்
தாடிக்கார சுவாமி	தாடிக்கார சுவாமி கோயில்	தாடிக்கார சுவாமி தெரு, ஆலந்தூர்
ராமநாத தீட்சிதர்		நங்கநல்லூர்
பொங்கிமோனாம்பிகை	பொங்கிமடம்	மாடர்ன் மேல்நிலை பள்ளி அருகில் State Bank Colony நங்கநல்லூர்
வால்மீகி	வால்மீகி	திருவான்மியூர் மெயின்ரோடு
பாம்பன்சுவாமி சுப்ரமணி தாசர்	பாம்பன் சுவாமி கோயில்	திருவான்மியூர்
சக்கரத்தம்மாள்	சக்கரத்தம்மாள்	கலாஷேத்திரா அருகில் திருவான்மியூர்
நாகமணி அடிகளார்		கந்தன்சாவடி
சச்சிதானந்த சுவாமி	சச்சிதானந்தா	ராஜா கீழ்பாக்கம் East Tambaram
வேணுகோபால சுவாமிகள்	வேணுகோபால கோயில்	சச்சிதானந்தா கோயில், ராஜா கீழ்பாக்கம் East Tambaram
முனியப்ப சுவாமிகள்		Behind Murudis Coffee House Guindy

சென்னையைச் சுற்றியுள்ள ஜீவசமாதி		
மஹானின் பெயர்	கோவிலின் பெயர்	ஜீவசமாதி இருக்கும் இடம்
ஸ்ரீகுருலிங்க சுவாமி	குருலிங்க சுவாமிகள்	காரணீஸ்வரர் 92/10, கோயில் தெரு, சைதாப்பேட்டை
அண்ணா சாமி தம்பிரான், இரத்தின சாமி தம்பிரான், பாக்யலிங்க தம்பிரான்	வடபழனி சித்தர் பீடம்	வடபழனி கோயில் பின்புறம்
ஆதிசேஷானந்தா	சிவன்கோயில்	வள்ளுவர் கோட்டம் கங்கா டிராவல்ஸ் அருகில்
வீரமாமுனிவர்	அகலாத் தம்மன் கோயில்	நூங்கம்பாக்கம் Opp. Police Station
கங்காதர தேசிகர்	ஜெயவிநாயகர் ஆலயம்	6வது அவின்யு ஹாரிங்டன்
நாதமுனி சுவாமிகள்	நாதமுனி சுவாமி மடம்	பச்சையப்பன் கல்லூரி பின்புறம் சத்திரம் அருகில்
ஈசூர் சுவாமிகள்	ஈசூர் சச்சிதானந்தர் கோயில்	புவனேஸ்வரி தியேட்டர் அருகில் Perambur Barracks Road, Choolai
ஏகாங்கி சுவாமிகள்	ஏகாங்கி சுவாமி	Ragavendra Koil அருகில் Ayanavarm
சபாபதி சுவாமிகள்	சாமியார் மடம்	பாலியம்மன் கோயில் அருகில்

சென்னையைச் சுற்றியுள்ள ஜீவசமாதி		
மஹானின் பெயர்	கோவிலின் பெயர்	ஜீவசமாதி இருக்கும் இடம்
வேர்கடலை சுவாமிகள்	சுவாமி மடம்	திரு.வி.க. நகர் மார்க்கெட் அருகில்
சிவபிரகாச சுவாமிகள்	சாமியார் தோட்டம்	Dr. அம்பேத்கார் கல்லூரி அருகில்
மஹாலிங்க சுவாமிகள்	சிவன் கோயில்	ராயபுரம் வலதுபுறம்
குன்னங்குடி மஸ்தான்	தர்கா	ராமன் தெரு, ராயபுரம்
குரு தக்ஷிணா மூர்த்தி சுவாமிகள்	குரு தக்ஷிணா கோயில்	Railway Colony தண்டையார் பேட்டை, ராயபுரம்
பட்டிணத்தார்	பட்டிணத்தார் கோயில்	திருவெற்றியூர்
பாடகச்சேரி இராமலிங்க சுவாமிகள்	வள்ளலார் கோயில்	பட்டினத்தார் கோயில் தெரு, திருவெற்றியூர்
அப்புடு சுவாமிகள்	வள்ளலார் கோயில்	பட்டினத்தார் கோயில் தெரு, திருவெற்றியூர்
அப்பா சுவாமிகள்	வள்ளலார் கோயில்	பட்டினத்தார் கோயில் தெரு, திருவெற்றியூர்
தொழுவூர் வேலாயுதம்பிள்ளை	வள்ளலார் கோயில்	பள்ளிகூட பின்புறம் வளாகம்
மவுண்ட்ரோடு தர்கா	தர்கா	LIC எதிரில்
மோதிபாபா	தர்கா	எழும்பூர்

சென்னையைச் சுற்றியுள்ள ஜீவசமாதி		
மஹானின் பெயர்	கோவிலின் பெயர்	ஜீவசமாதி இருக்கும் இடம்
விபூதிபாபா	சாய்பாபா கோயில்	குரோம்பேட்டை
ரோமமகரிஷி	வடிவுடையம்மன் கோயில்	திருவெற்றியூர்
ஹசரத் அலிஷா தர்கா	தர்கா	பரங்கிமலை Near Post Office
நித்யானந்தா சுவாமி	Ice House Bus Stand	திருவல்லிக்கேணி

30.
தாமிரபரணி மகத்துவம்

"நீர் இன்றி அமையாது உலகு."

நதி என்றால் மேற்கு மலையில் தோன்றி கிழக்கு கடலில் சேர வேண்டும். நதிக்கரையில் தான் மாபெரும் தேசங்களும் நாகரீகங்களும் ஏற்பட்டிருக்கின்றன. நாகரீகத்தை வளர்ப்பதும் வளரச் செய்வதும் நதிதான். நதிக் கரையில் ஏராளமான கோவில்கள் நிர்மாணிக்கப் பட்டிருக்கின்றன. ஸ்ரீவால்மீகி முனிவர் தமசா நதிக்கு செல்லும் போது உருவானது தலை சிறந்த காவியமான ராமாயணம்.

தான் சுத்தமாகி அசுத்தமானவைகளை சுத்தமாக்குவதே நீராகும். நீரானது இயற்கையிலேயே சுத்தமானது. சுத்தம் புண்ணியத்தைத் தரும். அந்த புண்யத்தை அளக்கும் அளவுகோலை கிருச்சரம் என கூறுவர். பத்தாயிரம் காயத்ரி செய்தால் அது ஒரு கிருச்சர பலனைத் தரும். வேதபாராயணம், கோதானம், பிராமண போஜனம் போன்றவை இன்ன கிருச்சர பலனை தரும் என்று அளவிட்டு தர்ம சாஸ்திரம் கூறுகிறது.

அதேபோல சமுத்திர ஸ்நானமான இராமேஸ்வர அக்னி ஸ்நானம், மஹாநதி ஸ்நானம் பல மடங்கு கிருச்ச பலனைத் தரும்.

நதியினுடைய பெருமையை தெரிந்து கொள்வதும், அதைப்பற்றி மற்றவர்களுக்கு கூறுவதும் பெருமை. தீர்த்த யாத்திரை செய்வதுமனிதனுடைய கடமை. நதிகள் மின்சாரத்தை உற்பத்தி செய்வது போல் பல தலைசிறந்த தலைவர்களையும்,

ஞானிகளையும், கலைஞர்களையும், கவிஞர்களையும் உருவாக்கி இருக்கின்றது.

இத்தகைய நதிகளில் மிகவும் சிறந்தது திருநெல்வேலி மாவட்டத்தில் ஓடும் தாமிரபரணி நதி. எல்லா நதிகளும் கடலில் கலந்து மீன்களையும், கடல் உயிர் இனங்களையும் உண்டாக்குகின்றன. ஆனால் தாமிரபரணி தேவி சமுத்திரத்தில் கலந்து மணியையும், நல் முத்துக்களையும் படைக்கிறாள். கும்ப மேளாவைப் போலும், மாமாங்கத்தைப் போலும், தாமிரபரணி புஷ்கரம் 12 ஆண்டுகளுக்கு ஒரு முறை வருகிறது. குரு பகவான் விருச்சிக இராசியில் பிரவேசிக்கும் காலம் தாமிரபரணி புஷ்கரம் கொண்டிருக்க படவேண்டும். ஸ்ரீதாமிரபரணி உபாசனை பிரம்மஹத்தி தோஷத்தை சுமங்கலி சாபத்தையும், பித்ரு சாபத்தை விலக வழி செய்கிறது.

தாமிரபரணி நதிக் கரையில் நவதிருப்பதிகளும், நவகைலாசங்களும் அமைந்துள்ளன. உத்தர காண்டத்தில் ஜேஷ்ட ப்ராதாவான ராஜாராமனின் உத்தரவை மீறிய லஷ்மணனுக்கு என்ன தண்டனை கிடைத்தது என்பதை தாமிரபரணி மஹாத்மியம் விளக்குகிறது.

ஸ்ரீதாமிரபரணி உபாசனை, ஸ்திரி ஹத்தியையும், மஹாபாதகங்களையும், மஹாபாவங்களையும், மாத்ருஹத்தியையும் பித்ரு சாபங்களையும் விலக வழி செய்கிறது.

கிழவன் யுவனாகவும், கணவனை இழந்த ஸ்திரீ தீர்க்க செளமங்கலத்தையும், இறந்த குடும்பத்தினர் மறுபடி பிழைத்து வந்து சகல க்ஷேமங்களை அடையவும் தாமிரபரணி உதவி செய்து இருக்கிறாள். கழுகும், புறாக்களும், நரிகளும், யானையும் மறுவாழ்வு பெற்று இருக்கின்றன.

தாமிரபரணி தன்னிடம் மஹாபாவிகள் ஸ்நானம் செய்து விட்டுச் செல்கின்ற பாவங்களை நிரந்தரமாகப் போக்கிக் கொள்ள, பாபவிநாசத்தில் தவம் செய்தாள்.

நதிகள் உத்திரவாஹினியாக (வடக்கு நோக்கி பாய்வது) செல்வதும் அப்படிப்பட்ட இடத்தில் நதியின் மேற்கரையில் உள்ள சிவாலயங்களும் மிகவும் விசேஷமானது.

தாமிரபரணியில் 149 தீர்த்த கட்டங்கள் உள்ளன. 12 இராசியினருக்கு 27 நட்சத்திரங்களுக்கும் மந்திர பூர்வமாக ஸ்நானம் செய்ய வேண்டிய கட்டங்கள் உள்ளன.

இவ்வளவு சிறப்பு வாய்ந்த ஸ்ரீதாமிரபரணியின் மகத்துவத்தைப்பற்றி செவியினால் கேட்பவர்கள், படிப்பவர்கள் அசுவமேத யாகம் செய்த புண்ணிய பலன் அடைவார்கள். அன்னை பராசக்தியே மாலை வடிவாக வந்து வைகாசி விசாகத்தன்று தாமிரபரணி நதியாக மாறி அகஸ்தியரை பின் தொடர்ந்து 27 நாட்களில் சமுத்திரத்தில் கலக்கிறாள்.

ஸ்ரீதாமிரபரணி விசாகம் நட்சத்திரத்தில் தோன்றியவள்.

ஒவ்வொரு மாதமும் ராதா (விசாகம்) நட்சத்திரத்தில் ஸ்ரீதாமிரபரணி சகஸ்ரநாம பூஜை செய்வது சகல பாவங்களையும் போக்கும், வைகாசி விசாகம் ஸ்ரீதாமிரபரணி மஹோஸ்தவ தினம் ஆகும். இப்பூஜையை ஸ்ரீதாமிரபரணி நதிக்கரையில், முக்கியமாக திருநெல்வேலியில் குறுக்குத் துறையில் செய்து, (திருநெல்வேலி ஜங்ஷனில் ஆற்று மேம்பாலத்தின் கீழே உள்ளது இக்கோவில்) அங்கு முருகனுக்கு பன்னீர் ரோஜா மாலை சாற்றி அபிஷேக அர்ச்சனை செய்வது சகல தோஷங்களையும் நீக்கி, தடைகளை அகற்றி இன்பமான வாழ்வுக்கு வழி வகுக்கும். தாமிரபரணி சகஸ்ரநாம பூஜை செய்ய தேவையான பொருட்கள் - மஞ்சள், குங்குமம், கற்பூரம், சாம்பிராணி, வெற்றிலை பாக்கு, பழம், புஷ்பம், தேங்காய், நவதானியங்கள், அக்ஷதை, நெல், கும்பவஸ்திரம் (2), நெய்தீபம்,

தர்ப்பை, இரண்டு கலசங்கள், ஒன்பது கிண்ணங்கள், பிரதிமை ஸ்வாஸினி பூஜைக்கு தேவையான சாமான்கள்.

ஸ்ரீதாமிரபரணி பூஜை செய்யும் இடம் கோமேயத்தினால் சுத்தம் செய்து புண்யாஹ வாசனம் செய்யப்பட வேண்டும். பூஜை செய்யும் பீடத்தை புஷ்பம், கோலம் முதலியவற்றால் அலங்கரிக்க வேண்டும்.

கிழக்கு நுனியான இலைகளில் அக்ஷதையைப் பரப்பி கலசங்களில் நீர் நிரப்பி, கிண்ணங்களில் நவகிரஹங்களுக்குரிய தானியத்தைப் போட்டு நிரப்ப வேண்டும். மஹாகணபதி பூஜை மற்றும் தாமிரபரணி சகஸ்ரநாமாவளி செய்ய இப்புத்தகத்தில் தரப்பட்டுள்ளது.

இப்பூஜையை தாமிரபரணி நதிக்கரையில் செய்ய இயலாதவர்கள் வீட்டிலேயே செய்யலாம்.

தாமிரபரணி புஷ்கரம் எப்படி 12 ஆண்டுகளுக்கு ஒரு முறை வருகிறதோ அதேபோல் தனுஷ்கோடியிலிருந்து இராமேஸ்வரம் வரும் வழியில் ஸ்ரீகோதண்ட ராமசுவாமி கோவில் அருகே உள்ளது ஜடா மகுட தீர்த்தம். குரு பகவான் சிம்ம இராசிக்குள் பிரவேசிக்கும் காலத்தில் மாசி மாதத்தில் மகம் நட்சத்திரமும் பெளர்ணமியும் கூடும் சுபதினத்தில் இங்கு புனித நீராடுவது சகல பாவங்களையும், தோஷங்களையும் போக்கி நற்பயனை அளிக்கும்.

தாமிரபரணியில் முதல் ஷேத்திரம் பாபநாசம். இங்கு தாமிரபரணி உத்ரவாஹினியாக வடக்கு நோக்கி ஓடுகிறது. இது சூரியன் ஸ்தலமாகும். இங்கு பித்ரு பூஜை செய்வது மிகவும் விசேடம்.

தாமிர பரணியின் இரண்டாவது முக்கிய ஸ்தலம் சேரன் மஹாதேவியாகும். இங்குள்ள தாமிரபரணி நதிக்கரையில் ஸ்ரீ பக்த வத்சல பெருமாள் கோவில் உள்ளது. இங்குள்ள நதியில் "வியாதிபாதம்" (விதிபாதம்) என்ற தீர்த்த கட்டம் முக்கியமானது.

இந்த வியாதிபாத யோகத்தைப் பற்றி இந்நூலில் விரிவாக எழுதி உள்ளேன். இங்கிருந்து பத்தமடை என்ற ஊருக்கு அருகே மேலே செவ்வல் கிராமத்தின் வடக்கே 1 கிமீ. தொலைவில் உள்ளது தேச மாணிக்கம் என்ற ஊர். ரோம மகரிஷி தரிசித்த ஸ்தலம். இறைவன் அருள்மிகு சொக்கநாதர், இறைவி மீனாட்சி: செய்வினை மற்றும் வாத நோய் தீர்க்கும் ஸ்தலம். யம பயம் நீங்கவும், திருமணத் தடை நீங்கவும் இங்கு பிரார்த்தனை செய்வது நல்ல பலனை தரும்.

இக்கோவிலில் ரிக்வேதத்தில் உள்ள கணபதி மந்திரம் ஜெபித்து ஹோமம் செய்து பின் ஸ்ரீமீனாட்சிக்கும், சொக்கநாதருக்கு அபிஷேகம் செய்து குங்கும அர்ச்சனை செய்தால் கடுமையான நோயிலிருந்து நிவாரணம் பெறலாம். தேசமாணிக்கம் கோயில் சிவாச்சாரியார் தொடர்பு கொண்டு அபிஷேக விபரங்களை கேட்டறியலாம்.

திருநெல்வேலியிலிருந்து மதுரை செல்லும் பைபாஸ் சாலையில் தாமிரபரணி நதிக்கரையில் உள்ளது மணிமுத்தீஸ்வரம் என்ற ஊர். இங்கு "ஸ்ரீஉச்சிஷ்ட மஹாகணபதி" பழமையான கோவில் உள்ளது. ஐந்து நிலைகள் உள்ள இக்கோவில் தற்போது புதுப்பிக்கப்பட்டு வருகிறது. கோவிலின் கிழக்கே தாமிரபரணி ஆறு ஓடுகிறது. ஸ்ரீவாஞ்சியத்துக்கு இணையான ஸ்தலம். மரணபயம், எதிரிகளால் தொல்லை, கடுமையான நோயிலிருந்து நிவாரணம் பெற ஸ்ரீஉச்சிஷ்ட கணபதிக்கு அபிஷேக ஆராதனை செய்து வணங்க நல்ல நிவாரணம் கிடைக்கும். அருகம்புல் மாலை சாற்றி மிளகு கலந்த பொங்கல் நிவேதனம் செய்து வழிபட்டால் காரிய தடை நீங்கும்.

இத்தகைய பெருமை வாய்ந்த தாமிரபரணியைப் பற்றியும் நதிக்கரையில் உள்ள கோவில்களைப் பற்றியும், பரிஹார முறைகளையும் விரிவாக எனது அடுத்த புத்தகத்தில் எழுத உள்ளேன்.

ஸ்ரீ தாம்ரபர்ணீ ஸஹஸ்ர நாமாவளி

ஜயதி ராமாயணம்

श्री ताम्रपर्णी सहस्र नामावलि :

ஓம் மஹாமங்கலதாயை நம
பரதேவதாயை
ஸாக்ஷாத் பகவத்யை
பராசக்தயே
தாம்ர பர்ண்யை
ஸர்வஜந்தூனாம் ஸ்மரணா கர்ம விச்சேதின்யை
விசித்ர ஜனன்யை
பரம பாவன்யை
மஹாபாகாயை
ஸரித்வராயை   10
மஹாதேவ்யை
தாம்ராயை
மாலாயை
தர்சனாத் மோக்ஷதாயின்யை
ஸ்னானபானாதி கர்மோப கரணாயை
பவித்ராயை
உத்புல்ல பங்கஜாயை
தப்த சாமீகரா காராயை
மஹாமணிகணாகீர்ணாயை
கனகாம்பர தாரிண்யை   20
மகுடாங்குத தாரிண்யை
மஹதாஸ்சர்ய நிலயாயை
மஹாஸெந்தர்ய முத்ரிகாயை
மனோ ஹராயை

மணிகர்ப்பாயை

பராயை

புவனைக தாத்ர்யை

பரம கல்யாண்யை

தீர்த்த ரூபிண்யை

வேணீ வராயை   30

மலய ஜாயை

லோகானுக்ரஹ காரிண்யை

அனாதி சாம்பவீகண்ட கனகாம்புஜ மாலிகாயை

மஹாமணி ப்ரஸவே

தீர்த்தானாம்

ஓம் தீர்த்ததா ரூபாயை நம;

வேத த்ரவாயை

மஹாபாதக நாசின்யை

சிவ பக்தி த்ரவாயை

விஷ்ணு சக்தி ப்ரவாஹின்யை   40

ப்ரஹ்ம சக்தி ரஸாயை

அம்ருத வாஹின்யை

மஜ்ஜதாம் ந்ருணாம் அன்னதாயை

வஸுதாயை

புண்யதாயை

மலயாத்ம ஜாயை

புண்ய தீர்த்தாயை

ஸம்பத் ஸாதனே ஸமர்த்தாயை

ஆப்ரஹ்மகீடம் விச்வம் பயோபி: பாபாத் பால யந்த்யை   50

ந்ருணாம் முக்திதாயை

ந்ருணாம் புக்திதாயை

மீன பரணீ ஸ்னான ஸந்துஷ்டாயை

சாம்பவ்யை

சக்தி ரூபிண்யை

ஸாக்ஷாத் அவ்யக்த ப்ரக்ருத்யை

நிர்குணாயை

குண ரூபிண்யை

ப்ரஹ்ம விஷ்ணு முகை: தேவை: முஹு: ஆராத்யாயை

சிரஸ்த சங்கராயை   60

ஹ்ருதயஸ்த ப்ரஹ்மணே

லலாடஸ்த கருடத்வஜாயை

பாஹுஸ்த கங்கா ஸரஸ்வதீ யமுனா ஸராவத்யை

மந்தர கைலாஸோரவே

சசி பாஸ்கர சக்ஷுஷ்ஷேஷே
நாஸிகாஸ்தாச்வி தேவதாயை
கபோலதலஸம் ஸ்தித கோதாவரீ காவேர்யை
நாபிஸ்த வாயவே
க்ராண ஸம்ஸ்த்தித வாயவே
ஜிஹ்வாஸ்த பாரதீ தேவ்யை   70
வக்ஷ:ஸ்த லக்ஷ்ம்யை
ஜங்காஸ்த நாகாயை
சரணாம்புஜஸ்த கவே
ரோம கூப ஸம்ஸ்தித முனி வஸுஸாத்யாயை
தீர்த்தானாம்
தீர்த்தத்வ தாயை
ஓம் ஆதிமாத்ரே நம
ஆதி சக்த்யாத்மிக ஜல சக்த்யை
ஸாக்ஷாண் மஹேச்வர்யை
ஸுகவீணாதராயை   80
சங்க ஸரஸீருஹ தாரிண்யை
ஸர்வாபரண ஸம்யுக்தாயை
தருண்யை
காஞ்சனாருணாயை
முனிகணை: ஸேவ்ய மானாயை
ஸுராஸுரை: ஸ்தூய மானாயை
ச்வேதச்சத்ர ஸமாயுக்தாயை
சாமரத்வய வீஜிதாயை
ஸகீ ஜன ஸமாயுக்தாயை
லோக லக்ஷ்ம்யை   90
சந்தனசைலகன்யகாயை
சது: ஷஷ்டி தனு: ப்ரமாண யுக்தாயை
விமலாம் பபூராயை
நாநா ஜலஜந்துயுக்தாயை
ப்ரஸன்ன தோயாயை
முனீச்வர ஸ்யந்தன மார்க தோயாயை
சிவப்ரிய கர்யை
ஸமஸ்த பாபக்ன்யை
சந்தனாசல கன்யகாயை
அம்போஜவதனாயை   100
மீன லோசனாயை
பூஜ வீசிகர்யை
ஆவர்த்தனாபி கர்தாட்யாயை

பே புஞ்ஜ நவாம் பராயை

சக்ர வாக ஸ்தனவத்யை

சைவால் நவகுந்தலாயை

அபூர்வாணாம் ப்ரஸவே

உத்ஸவானாம் நிதயே

தப: பல ஸமாகாராயை

பாண்ட்யானாம் உத்தமாயை நத்யை   110

ஸர்வ தீர்த்த மய்யை

ஸர்வ மந்த்ர ப்ரவர்த்தின்யை

கங்காதி ஸர்வ தீர்த்தானாம்

பரமாயதனாயை

புருஷார்த்தாம்ஸ்ச காங்க்ஷ மாணானாம் ஸர்வஜந்தூனாம் உபாஸயாயை

வ்ருஷாங்க நகரே நித்யம்

ஸான்னித்யகாரிண்யை

ஓம் லோகானாம் ஹித காம்யயா தீர்த்த ரூபேண ஜயந்த்யை நம:

ப்ரும்ம தோயாயை

விஷ்ணு ரஸாயை   120

ருத்ர தேஜோப ப்ரும்ஹிதாயை

உமாவேக ஸமாயுக்தாயை

ஸாரஸ்வத தரங்கிண்யை

ரமா வர்த்தாயை

ஸோம சைத்யாயை

ஸூர்யோதார ப்ரபாவத்யை

ஆவாரிதி சிலோச்சயம் ஸந்தர்சிதமஹாபூராயை

அனேக நகரோத்யான க்ராமாராமஸமா வ்ரூயை

முனீனாம் புண்யை: ஆச்ரமை: அதிஷ்டித தடத்வயாயை

ஸமந்தாந்நிபிடீபூத தடாராம உப சோபிதாயை   130

பதே பதே தீர்த்தமய்யை

ரஸால பன்ஸாராம கதலீ காளனாவ்ருதாயை

கேரபூகாம்ர நாரங்கமல்லீ குரபகோஜ்வலாயை

ப்ரியால வஞ்ஜீல வத்யை

பகுலார்ஜுனநிர்பராயை

ப்ரும்மகோஷ ஸமுத் குஷ்ட ஹோமதூம ஸமாவ்ருதாயை

ஸந்ததோத்பல ஸௌரபாயை

மந்த காமினா மருதா சாம்பேய குஸுமா மோதின்யை

பரிஸ்ரமாப ஹாரிண்யை

அம்பஸா ஜகத்தர்ப்ப யந்த்யை   140

குஸுமைராமோத யந்த்யை

த்விஜாராவைர் நாதயந்த்யை

மரந்த தாரா நிகரைர் வர்த்த மானாயை

தரங்கிண்யை

ஹம்ஸ ஸாரஸ ஸங்கீர்ணாயை

கூஜத் கோகில பாஷிண்யை

மஹோ தயாகாராயை

ஜகத்த்ரயம் போஷயந்த்யை

ப்ரஸன்ன ஸலிலா சயாயை

வாமாங்க பீடநிலயாயை   150

மனோக்ஞமணிபூஷணாயை

அநேக தீர்த்த நிகரை: ஸேவ்யமானாயை

ஸௌந்தர்ய ஸாகரே - தஞ்சத் ஸுஸுதாயை

தர்ம த்ரவாயை

பகவத்யை

தாம்ராபிதாயை

மலய நந்தின்யை

பராபராயை

ஓம் அம்ருத ஸ்யந்தாயை நம

தேஜிஷ்டாயை   160

கர்ம நாசின்யை

முக்தி முத்ராயை

கல்ப கலாயை

கலிகல்மஷ நாசின்யை

நாராயண்யை

ப்ரும்ம நாதாயை

நாதேய்யை

மங்கலாலயாயை

மருத்வத்யை

அம்பரவத்யை   170

மணி மாத்ரே

மஹோ தயாயை

உதயாயை

தாபக்ன்யை

நிஷ்கலாயை

நந்தாயை

த்ரய்யை

த்ரிபதகாத்மிகாயை

அபார கருணாயை

சுத்தோத பூராயை   180

துரிதாப ஹந்தர்யை

முனீச்வர ஸ்யந்தன மார்கயானாயை
பாண்ட்ய பூபம் ஹர்ஷயந்த்யை
கல்பவல்யை
பவபங்கக்ன்யை
போகதாயை
புண்யதாயை
சித்ராம்பர தராயை
ஹரிசந்தன ரஞ்சிதாயை
தீரகத சிவ சேஷத்ராயை   190
தடகத விஷ்ணு சேஷதராயை
தடகத ஹேரம்பபவனாயை
தீரஸ்த மாத்ருஸ்தானாயை
தடகத ஸ்கந்தாவாஸாயை
பஞ்சதா விபக்தாயை
பருஷ்ண்யை
கமலாயை
பஸ்சிமாபிமுக்யை
பூர்வாசாம் ப்ரதி ப்ரவ்ருத்தாயை
ஓம் பராசக்தி ஸமுத்பவாயை   200 நம:
ஊர்ஜாயை
உத்தர தடக தேஷா தீர்த்தாயை
தடகத வ்ருஷாங்க தீர்த்தாயை
தீரகதாகஸ்த்ய தீர்த்தாயை
தடகத சக்ர தீர்த்தாயை
பஸ்சிம தீரகத வாமன தீர்த்தாயை
ஹேரம்ப நிர்மித தீர்த்த சாலின்யை
தடகத நாரஸிம்ஹ தீர்த்தாயை
பூர்வரோதோகதபோகி ராஜநதீ தீர்த்தாயை
குப்தி கும்பாத்ரிகத பஹு தீர்த்தாயை   210
ரோதோகத கலம்ப தீர்த்தாயை
பாணதீர்த்த பூஷிதாயை
சக்ர சிலா தீர்த்த பூஷிதாயை
உத்தர பாககத ஹயக்ரீ வாச்ரமாயை
பஸ்சிம ரோதோகதபாஞ்ச ஜன்ய தீர்த்தாயை
தடகத வாராஹாயை
முனிதீர்த்த பூஷணாயை
பைசங்கில தீர்த்த மண்டனாயை
முக்தா சிவாலங்காராயை
வாயு கூடோத் தேராவத்யை   220

முனி தீர்த்தவத்யை

கன்யாதீர்த்த சாலின்யை

ருத்ராடவீ வத்யை

குங்கும ஸன்னிப் ப்ரஹ்ம சய்யா சிலாவத்யை

த்ரிதா பூத ப்ரவாஹாயை

வாருணீ தீர்த்த வத்யை

வருணஸ்ய ஜலேசத்வ தாயின்யை

ருத்ரஸ்ய ஸர்வக்ஞுதா தாத்ர்யை

கமலாயா: ஹரே: வக்ஷஸ்தல ஸ்தான ப்ரதாயின்யை

கபிலாக்ருத கபிலா தீர்த்தவத்யை   230

ஜ்யோதிர்மணி கும்ப கிர்யந்தர்கத தீர்த்த சாலின்யை

பாபநாச தீர்த்த சாலின்யை

பைனாக தீர்த்தவத்யை

நாரத தீர்த்த சாலின்யை

பஞ்ச வாரண பூஷிதாயை

தாராத்ரி ஸமீபகத ப்ராசேதவத்யை

த்ரிணதீஸங்கம் சாலின்யை

கூர்ம கூடாந்திக வத்யை

தும்புரு பர்வத தீர்த்தவத்யை

ஸர்வார்த்த ஸாதக கபில தீர்த்தவத்யை   240

ஓம் தீரகத தேவீ தீர்த்தாயை நம:

தர்மாரண்ய வத்யை

உத்தர தடகத தீப தீர்த்தாயை

சாலா தீர்த்த ரூபிண்யை

காச்யப தீர்த்த ஸ்வரூபாயை

ப்ருஹ்மத ஸ்வரூபாயை

கோஷ்டிச ரூபிண்யை

பஸ்சிம தடகத மாண்டவ்ய தீர்த்தாயை

தத்ஸமீக கத மித்ர தீர்த்தாயை

உத்தர தடகத மானவ தீர்த்தாயை   250

புடார்ஜுன புரகத கௌதம தீர்த்தாயை

ஸூரேந்த்ர மோக்ஷண தீர்த்த பூஷணாயை

பைசாச மோசன தீர்த்தவத்யை

தர்மதாராாக்ய தீர்த்த ரூபிண்யை

கர்மதீர்த்த வத்யை தக்ஷிண தடகத ஸித்த தீர்த்தாயை

கஜேந்த்ர மோக்ஷண தீர்த்த பூஷணாயை

குரபாகாவ்ருத மஹா நாகாலய க்ஷேத்ர மண்டனாயை

புஷ்பவனேச தீர்த்த வத்யை

பத்ராரண்ய வத்யை

பாண்ட்ய ராஜ விபூஷாபூத காம புரவத்யை   260

மணிக்ரீவ சாப விமோக்த்ரு பைரவ தீர்த்தவத்யை

ததந்திக கத யம தீர்த்த வத்யை

தர்ம வத்தக கோதீர்த்த வத்யை

மீலன வத்யை

ஜ்யோதிர் மதா வத்யை

துர்கா தீர்த்த ரூபிண்யை

விஷ்ணு தீர்த்த சாலின்யை

ஸோம தீர்த்த ரூபிண்யை

மார்கண்டேயாக்ய தீர்த்தாயை

ரோமச தீர்த்த ரூபிண்யை   270

தௌர் வாஸஸ தீர்த்த வத்யை

பார்கக தீர்த்த ரூபிண்யை

வைநதேயாச்ரம கத கசாலிகாயை

நந்தாடவீ ஸமுத்பூத கசாலிகா நதீமத்யை

குந்தாடவீ வத்யை

சாயா தீர்த்த வத்யை

ப்ரவால மஞ்ஜரீ ப்ரஸாத காரி சாயா தீர்த்தவத்யை

காந்தர்வ தீர்த்த ரூபிண்யை

பானு தீர்த்த வத்யை

ப்ரஹ்ம வன ரூபாயை   280

ஆர்த்ராவதீ சந்த்ராநதீ மத்யகத ஜ்யோதிர்வனாயை

பரபாவதீ தீர்த்த ரூபிண்யை

ஓம் வ்ருஷ தீர்த்த சாலின்யை நம:

மந்த்ர தீர்த்த வத்யை

ப்ரக்ஹாரண்யவத்யை

யாக தீர்த்த வத்யை

கூஷிப்தபுஷ்பவதீ பூஷணாயை

ஆர்ஷ தீர்த்த மண்டனாயை

சது:ஸ்தானேஷு அக்னி தீர்த்த ரூபாயை

ஸம்ருத்தி தீர்த்த வத்யை   290

தயாதீர்த்த சாலின்யை

புஜங்க மோக்ஷண தீர்த்தாயை

ஸுசீமுக தீர்த்தாயை

ஸிம்ஹ தீர்த்த வத்யை

கேது தீர்த்த ரூபிண்யை

உஷா தீர்த்த சாலிண்யை

ஹலானன ஸ்வரூபாயை

ராம தீர்த்த வத்யை

பாத தீர்த்த ரூபிண்யை
பாப விமோசன ரூபாயை 300
பக்ஷி தீர்த்த சாலின்யை
அச்ரு தீர்த்வத்யை
ஹாஸ தீர்த்த ரூபாயை
நதீஸ்தம்பன ரூபாயை
பூஷா பத்தன வத்யை
தடகத் துரிதாபஹ தீர்த்தாயை
மஹா லோஹித ஸம்ஸர் காக்ய தீர்த்த ரூபிண்யை
கோதீர்த்த வத்யை
விஷ்ணு தீர்த்த வத்யை
குசஸ்தம்ப சாலின்யை 310
ம்ருத்யுஞ்ஜய ரூபிண்யை
தைத்திரீயக ரூபிண்யை
ராஜ ஸூயவத்யை
ஸப்த மஹாவ்ரத வத்யை
ராஜ ஸூயாபிதானாயை
தடகத ஸப்தர்ஷி தீர்த்தாயை
தடகத குரங்க தீர்த்தாயை
மாஹிஷ்மத தீர்த்த வத்யை
சந்தன கானனவத்யை
ஸ்ரீ வைகுண்டவத்யை 320
சாரதாபிதா சாலின்யை
மராள தீர்த்த ரூபிண்யை
மஹா குசமவ்ருஷ்டி ரூபிண்யை
சதபுத் புதவத்யை
ஓம் மாயாரண்ய வத்யை நம:
க்ராவாங்குர வத்யை
காந்தீச்வராபிதான வத்யை
கைவல்ய தீர்த்த வத்யை
ஸ்ரீ ரமா நகரீ வத்யை
தடகத போகி தீர்த்தாயை 330
தீரகத தரா தீர்த்தாயை
சக்கராஜ வத்யை
தர்ம தீர்த்த ரூபிண்யை
மேகலா தீர்த்த வத்யை தடகத பஞ்சாயுத தீர்த்தாயை
தடகத வேணு தீர்த்தாயை
தடகத நிதி தீர்த்தாயை
தடகத கலா தீர்த்தாயை

தடகத மங்கள தீர்த்தாயை
பித்ரு தீர்த்த வத்யை
வ்யாக்ர தீர்த்த வத்யை   340
ஸோம வன வத்யை
வாஸ்து தீர்த்த வத்யை
ஸோம தீர்த்த வத்யை
சண்டிகா தீர்த்த வத்யை
வல்லீ தீர்த்த வத்யை
ஹர்ஷ தீர்த்த வத்யை
கௌரீ தீர்த்த ரூபிண்யை
சம்பு நாராயண வத்யை
சங்க ராஜ வத்யை
பஹுபிந்து ஹர தீர்த்தாயை   350
த்ரயீ தீர்த்த வத்யை
முக்தி முத்ராபிதா வத்யை
ஞான தீர்த்த வத்யை
புனர்நல தீர்த்த ரூபிண்யை
மதாவல வத்யை
அகஸ்த்ய தீர்த்தாயை
தீரிதா பூதாயை
காயத்ர தீர்த்த ரூபிண்யை
ஸாவித்ர தீர்த்த ரூபிண்யை
ஸாரஸ்வத தீர்த்த ரூபிண்யை   360
ஸர்வ தீர்த்த நிஷேவிதாயை
ச்ருதி லாலிதாயை
இராவத்யை
தேனுமத்யை
பருஷ்ண்யை
பாவின்யை
ஓம் ஸூதாயை நம:
அருணாயை
ஸதாசிவஸ்ய நியத கண்டாபரண மாலிகாயை
விஷ்ணு சூடாமணயே   370
பாரதீபதே : ஹ்ருல்லே காயை
ஸர்வ பூதாத்ருச்யாயை
அநாமயாயை
சங்கர ப்ரார்த்தித தீர்த்த ரூப தாரிண்யை
மரமானந்த ஜனன்யை
லலிதேச்வர்யை

பாடிராசல கன்யகாயை
மாணிக்ய கர்ப்பிண்யை
பத்ம கர்ப்பிண்யை
ஸாவித்ர்யை										380
ச்யேனஸ்ய ஸத்கதி தாத்ர்யை
கபோத மோக்ஷதாயின்யை
தர்மராஜ ஸ்துதாயை
ஹரிஸ்வாமி ஸேவிதாயை
பானுதத்தஸ்ய ஜம்புக பாவ விநாசின்யை
சோராணாம் யாதனா நிவ்ருத்யா ஸ்வர்கதி தாத்ர்யை
ஸ்ரீ வ்யாஸ ஸ்துதாயை
ஸ்ரீ சுகாஹ்லாத ப்ராயின்யை
ஸ்ரீ ஸெளத வர்ணிதாயை
ஸ்ரீ சௌனகாதி மஹர்ஷி ஹ்ருதயாஹாத காரின்யை		390
ஸ்ரீ சங்க மஹர்ஷி கீர்த்திதாயை
ஸ்ரீ வீரஸேன சித்தானந்த ப்ரதாயின்யை
பாலாதப ஸமப்ரபாயை
மஹாபாதக ஜம்பாலபரி சோஷண பாஸ்கராயை
பாபாந்தகார ஸங்காத பஞ்ஜனைகார்க மண்டலாயை
பரிதாபாபஹாயை
பாஸ்வன் மணி மஹோதயாயை
மாயாஜால மஹாத்வாந்த பரிபந்தி பய: கணாயை
பவஜ்வாலாபஹாரிண்யை
ப்ரணவாகாராயை									400
ப்ராக்தனாயை
தாரகோதயாயை
ஐந்துதானாம் ஜன்ம ஹாரிண்யை
மஜ்ஜதாம் பாப ஹாரிண்யை
பக்தானாம் பயஹாரிண்யை
புண்ய கர்மணாம் போகதாயை
கும்பஸம்பவ ஸௌபாக்ய ஸாதனாயை
ஓம் ஸமானாதிக வர்ஜிதாயை நம:
ஸ்வர்க ஸோபானஸுபகை:தரங்கை:உபசோபிதாயை
ஆரப்தரூபை:ப்ரணவை:அபிராமாயை					410
த்ரிலோக ஜனனீச ஹ்ருத யாஜ்ஜ விஹாரிண்யை
விதாத்ரு விஷ்ணு ஸம்பாவ்யாயை
உத்தாலகஸ்ய ஸனகத்வ ப்ராப்தி காரின்யை
வஸுமன்ஸ்:யாக்கரண ஸ்தல தூத்ர்யை
நிகமாந்த விலாஸின்யை

ப்ருஹ்மஹத்யா விநாசின்யை
கோக்ன பாதக ஹந்தர்யை
க்ருதக்னத்வ தோஷ நிவர்த்தின்யை
ப்ரூணஹத்யாப ஹாரிண்யை
குருதல்பக பாபநாசின்யை 420
தீர்காயுஷ்ய ப்ரதாயின்யை
மந்த்ராணாம் மந்த்ர சக்தயே
கர்மிணாம் கர்ம சக்தயே
ப்ரணவார்த்த தீபிகாயை
பராசக்தி ஸமுத்பவாயை
ருத்ர ப்ரபாயை
குஹாசர்யை
குஹ்ய ரூபாயை
காச்யபேச வத்யை
தாஹகேச சாலின்யை 430
தேஜஸ்தான வத்யை
அநாதி மிதுனோத் பூதாயை
சந்தன சைலேந்த்ர தனயாயை
ஸஹஸ்ராதித்ய ஸங்காசாயை
ஸாந்த்ர ஸிந்தூர பாடலாயை
சதுர்ப் புஜாயை
த்ரிநயனாயை
தப்த ஹாடக பூஷிதாயை
தீர்த்த கன்யா சதோ பேதாயை
நிக்ரஹானுக்ரஹ க்ஷமாயை 440
கங்காயை
பாகீரத்யை
நத்யை
அப்திபத்ன்யை
ஜயலக்ஷ்ம்யை
நலினோத்பல கந்தின்யை
ஆப்தகாமை:அக்ரஹாரை அதிஷ்டித தடத்யாயை
ஸமந்தாத் நிபிடீபூத தடாராமேப் சோ பிதாயை
ஓம் ஹ்ரோம் தூம் ஸமாக்ராந்த த்ருமாயை நம:
ஸம்ருத்தோத்யான ஸம்பன்னாயை 450
ஹம்ஸ ஸாரஸ் லாலிதாயை
நானோத்யான ஸபா கேஹஸம்பன்ன தடசாலின்யை
நித்ய கல்யாண நிலயாயை
நிரந்தர ஸுகப்ரதாயை

நானா தான்ய தனோபே தாயை
நானா ஜனபதோஜ்வலாயை
சிவசர்மாபீஷ்ட ஸாதனாயை
ப்ரமோதயுவத்வ தாயின்யை
கும்ப ஸம்பூத வச்யாயை
அகல்பத்யானீ தாயை   460
மைத்ரா வருணி ரக்ஷிதாயை
ஓம் அப்திப ஸம்ஸ்து தாயை
லோபாமுத்ரா பத்யாச்ரி தாயை
ஶ்ரீ மதானீதாயை
வாதாபீல்வல பக்ஷண லலிதாயை
விந்த்யாத்ரி மதன கீர்த்திதாயை
யோகி ஸ்துதாயை
மஹாமலய கேதன மான்யாயை
ஸர்வ தீர்த்தாத்மக பத வந்த்யாயை
பக்தாபீஷ்ட பலப்தர ஸ்துத்யாயை   470
ஸோபா முத்ரா புஜாச்லேஷ ஹர்ஷரோமாஞ்ச மூர்த்தி பாகானீதாயை
சங்கர லாலிதாயை
கலிமலத்வாந்த வித்வம்ஸன விநோதின்யை
மஹாஜன நிஷேவிதாயை
இந்த்ரயும்னஸ்ய கஜத்வ விநாசின்யை
அக்னிவர்ணஸ்ய ஸ்த்ரீஹத்யா தோஷ நாசின்யை
வைச்ய குலஸ்ய புனர் ஜீவனம் தத்தவத்யை
மணிக்ரீவ பதப்ரதிஷ் டாத்ர்யை
மணிக்ரீவ சாப விமோசன விதாத்ர்யை
தீனஜனாபாய தலனைக் குடாரிகாயை   480
அக்ஷய்யைச்வர்ய ப்ரதார்ர்யை
ஸோமஸ்ய க்ஷயரோக நாசின்யை
சிலாத வர ப்ரதாயிண்யை
நந்தி கேச்வரோத்பத்தி ஹேது பூதாயை
நத்தி கேச்வராய சாச்வத பத விதாயின்யை
நாக கருத்மதோ:மைத்ரீ விதாயின்யை
சம்பராவத்யா:ஊர்ஜஸ்வல புத்ரதாத்ர்யை
த்ரை லோக்ய கலுஷ த்வாந்த வித்வம்ஸன விநோதின்யை
யாதாயாத பரிச்ரம ஹந்த்ர்யை
ஓம் லக்ஷ்மீபதே:ஆயதன பூதாயை 490 நம:
பக்த்ப்ரிய பூஷணாயை
ஸத்வகலா சக்த்யாத்மி காயை
சிவ சூடாயை

ஞான ப்ரதீபிகாயை
ஹரிஸாயுஜ்ய தாயின்யை
வ்யாஸாசார்யாய ப்ருஹ்ம ஞான ப்ரதாயின்யை
நாதாம் புஜவத்யை
ப்ருஹ்மண:ஸ்ருஷ்டி ஸாமர்த்ய காரிண்யை
சந்த சைலேந்த்ர சிகராத் நிர்கதாயை
அபுனராவ்ருத்தி ப்ரதாயின்யை   500
தர்ம தோயாயை
ஸேவ்யாயை
கோஹத்யா பாப நாசின்யை
ப்ரஸாத சந்த்ரானந்த தாத்ர்யை
மஹா பரிப்லுஷ்டாயை
மலயாசல ஸம்பூதாயை
மலயாநில ஸோதராயை
மஹாபாகாயை
நாராயண்யை
சிவாயை   510
கங்காயை
கௌரீ தேஹ ஸமுத்பவாயை
மஹாபாபஹராயை
கண்டூலேகாபீஷ்ட பூரண்யை
கன்யாயா:ஹபம்ஸ்த்வ காரண பூதாயை
ஸ்ரீ காளிதாஸேன கீர்த்திதாயை
ஸ்ரீ வால்மீகினா ப்ரஸ்து தாயை
ஸ்ரீ முராரிணா ஸம்ஸ்து தாயை
ப்ரவால மஞ்ஜர்யா:பும்ஸ்த்வ ப்ராப்தி காரிண்யை
கௌஷீதகஸ்ய ஸத்கதி ப்ரதாயின்யை   520
ஸார்ங்க பக்ஷிணாம் மோக்ஷ தாயின்யை
பவபாச விமோசின்யை
அமோ சக்தயே
அசிந்த்ய சக்தயே
அப்ரமேய சக்தயே
அதுல்ய சக்தயே
ஸர்வ ஸௌபாக்ய ஸாம்ராஜ்ய தாத்ர்யை
ஸ்ரீ வலதி ப்ரதிஷ்டாபித லிங்கத்ரய வைபவாயை
அவந்த்ய மங்கலாத்வான விஹாரிண்யை
மணிகாஞ்சன மந்திராயை   530
கருணா ஸாந்த்ர பீயூஷ வர்ஷணாபாங்க வர்சஸே பகநேத்ர தாயின்யை
ஓம் ஜ்யேதிர் வன விபூஷிதாயை நம:

கும்பாடகஸ்ய ஸத்கதி ப்ரதாயின்யை

ஸநாதன ஸம்ஸ்துதாயை

கும்பாடகஸ்ய மாத்ரு ஹத்யா தோஷநாசின்யை

ப்ருஹஸ்பதி ப்ரகீதாயை

வஸுஷேண வஸுமாலின்யோ

புத்ரஸ்ய த்விவர்த்மன

ஸத்கதி ப்ரதாயின்யை

ஸமந்தாத் ப்ருஹ்ம பூயிஷ்டாயை   540

ப்ருஹம சோஷ நிநாதிதாயை

ஸ்தூயமானை:ருஷி ப்ருந்தை:பூர்ணாயை

மந்த்ரமந்த்ரிதை:அக்னிபி:பூதாயை

வர்ணாச்ரம ஸதாசாரை:ஜனை:ஆபூர்ணாயை

ஆனந்த நிர்ப்ரை:ஜனை:ஸம்பூர்ணாயை

தக்ஷிணாசா ஸுசீதல காரிண்யை

மஹாமணி கணாகீர்ணாயை

கும்பயோனி பலித்ரிதாயை

ஆகஸ்மிக மஹாஸௌக்ய தாயின்யை

ஷட்ஐ பாலஸ்ய ஸத்கதி ப்ரதாயின்யை   550

மந்த்ரௌஷத தபஸ்தீர்த்த தேவதா ரூபிண்யை

வைசாக பூர்ணிமாயாம் ப்ராப்த ஜன்ம விசேஷாயை

கல்யாண்யை

கலி பங்கக்ன்யை

கர்ம நிர்மூலன க்ஷமாயை

கந்தலத் கருணாசயாயை

மணிமாத்ரே

மலய ஜாயை

கங்காத்யசேஷ தீர்த்தாவி லாலிதாம்ருத வாஹின்யை

ஸதாசிவ ஹ்ருதாவாஸாயை   560

ப்ருஹ்ம விஷ்ணு மஹேசேச ஸதாசிவ மனோரதாயை

தனினீ ஹம்ஸ ஸார ஸாரவ மேதுராயை

கிரீட ஹார கேயூர கனத் கனக குண்டலாயை

ப்ரஸன்ன தோயாயை

அக்ஷண ப்ரவாஹ லக்ஷ்ம்யை

ப்ரஸன்ன கமலானனாயை

பேனாவலி துகூலாட்யாயை

உச்சலன் மீன லோசனாயை

ஆவர்த நாபிகர்தாட்யாயை

நீல சை வால கைசிகாயை   570

அஸ்யந்த நிமிஷோல்லாஸ ஸாநந்தாயை

லோசனோத்பலாயை
ப்ரபாதீர்த்த சாலின்யை
ஓம் நாநாவித நகர கோபுர ஹர்ம்ய ஜாலாயை நம:
ஆராம விப்ரம் ரஸாதல ராஜலக்ஷக்ஷ்ம்யை
நவ மாணிக்ய கசித ப்ராகாரத்வய மண்டிதாயை
அனங்காநேக ஸௌந்தர்ய ஸம்பூர்ண நிஜ விக்ரஹாயை
தைத்யதானவ ரக்ஷோபி:ஸமந்தத:ஸேவ்யமானாயை
ஹாரிதகா பீஷ்ட தாயின்யை
நாரத ஸங்கீர்த்தி தாயை   580
பரவித்தாபஹர்த்து:பாபநாசின்யை
ருதுதாம்னோஷி பீஷ்ட ப்ரதாயின்யை
கோடி கந்தர் போத்தாம மூர்தி மத்யை
நந்தாட வீபூஷிதாயை
மஹாவேக ஸமுத்த்ருஷ்ட நாநா தருலதாவ்ருதாயை
தமால தரு கானனாயை
ஜம்பு ஜம்பீர நாரங்க கேர வானீர் நீபகாயை
மாலூர மாலதீ சிஞ்சா ப்ரவால பகுலேந்திரி யாயை
மாகந்த குந்த மாத்வீக நமேரு பனஸாவத்யை
நிவாரிதாத போத் காராயை   590
ஆபாத மௌலி விலஸன் மணிகாஞ்சன மந்திராயை
ரூப ஸௌந்தர்ய காந்தி ஸ்ரீ ஸாரபீயூஷ பூராயை
க்ரவணன் நூபுர மஞ்ஜீர மேகலாதாம கங்கணாயை
அநிர்தேச்யாயை
அதிருச்யாயை
அன்பாயவதே
இந்த்ரதனு:ப்ரக்யாயை
ஜ்வலத்பாவக ஸங்காசாயை
சந்த்ர பாண்டா வர்சஸே தாம்ர ஸபாயுக்தாயை
சித்ர ஸபாயுக்தாயை   600
மஹாதபோ விபூதி விபவார்சிதாயை
காங்க்ஷி தோதய நைஷ்டிக்யை
துஷ்கர்ம வ்ராத சமன்யை
காஸார சதஸம்பாத கல்ஹார குஸுமோஜ் வலாயை
பூரிதா சேஷ புவனாயை
தேவாகார சதோஜ் வலாயை
அப்யுதயோ ஜ்வலாயை
பைரவதீ ஸக்யை
ஆர்த்ராபகா ப்ரியாயை
கசாலிகா மித்ராயை   610

சித்ராப்ரியாயை
பாலாப்ரியாயை
கடனாஸுஹ்ருதே
சிவசைலவதீ பூஜிதாயை
ஆத்ரேயீ ஸக்யை
ஓம் பாசவதி ப்ரியாயை நம:
மணி ஸக்யை
முக்தா ஸக்யை
பத்ராவதீ தனயப்ரியாயை
ருத்ராணீ ஸக்யை   620
ஹைரண்வதீ மான்யாயை
மஹாநிர்ஜர ரூபிண்யை
அகௌக நாசின்யை
தரங்கிண்யை
சைவலின்யை
மஹாபூரப்ரவாஹின்யை
மத்ஸ்ய கச்சப ஸம்பாதாயை
பேனாவர்த்த சதோஜ் வலாயை
மஜ்ஜதாம் பாக்ய தாயின்யை
வரதாயை   630
பூர்ண காமாயை
ருத்ரௌஜே
ஸூர்ய வைச்வானர ப்ரபாயை
சதுர்வர்க பலோ தயாயை
தாபோப சாந்தி காரிண்யை
அத்ரி ஸேவிதாயை
அனஸூயாச்லிஷ்ட தேஹாயை
லோபா முத்ரார்சித பதாயை
ப்ருகு பூஜிதாயை
கன்வ ஸ்துதாயை   640
வஸு நந்திதாயை
சாதாதப கீதாயை
சதானந்த க்யாதாயை
ஸுமந்து பூஜிதாயை
அனபத்யமஹாபாப தோஷ நாசின்யை
ஸமஸ்த ராஜ ஸாமந்த வந்த்ய மான பதாம்புஜாயை
பக்தானு கம்பின்யை
அனபத்ய ஸந்தர்ப சமன்யை
ஸங்கல்போதய காரிண்யை

ஸத்ஸந்தான ஸம்பத் கலா தாத்ர்யை   650
அப்யுதயா காராயை
ஸாந்தபன புத்ரீ ப்ரியாயை
ஐந்தூனாம் ச்ராந்தி நாசனாயை
அஸங்க்யேய தனாவிஷ்டாயை
அபாரமணி ஸஞ்சயாயை
மாதவீ தனயப்ரியாயை
நிர்த்தூதாசேஷ கல்மஷாயை
ஓம் மஹாதபோ நிர்த்தூத கல்மஷாயை நம:
தேவலாயா:பர்த்ரு ஸமாகம காரிண்யை
நாராயண பராயணாயை   660
அச்வமேததாவப்ருதய பல ப்ரதாயை
ஸௌதர்சனஸ்ய ஹத்யா தோஷ நாசின்யை
ஸ்ரீ யா ஸ்தூயமானாயை
பூம்யா ஸ்தூயமானாயை
காயத்ர்யா ஸ்தூய மானாயை
உபநிஷத்கணைர் வாக்யை:ஸ்தூயமானாயை
அனுகம்பா ம்ருதார்ண வாயை
துரத்யாயை
மூல ப்ரக்ருதி ஸம்க்ஞீ தாயை
ஜன்ம ம்ருத்யு பரித்ராண தத்பராயை   670
கர்மவிச்சேத ஹேது பூதாயை
தயாத்மிகாயை
அபீப்ஸித காம பூரயித்ரியை
விச்வேதவ வீர்ய காரிண்யை
ஆதி வ்யாதி க்ஷுத் பிபாஸா ஹாரிண்யை
பாபௌக சாந்தி கரணைக படு ப்ரவாஹாயை
காமாக்ஷ்யை
மதித பாபகுலாயை
தருணேந்து மௌலே:ஸாக்ஷாத் அபார்கருணாயை
ஸமஸ்த துரித க்ஷய ஹேது பூதாயை   680
ஸ்ரீ கண்ட சைல துஹித்ர்யை
மஹாப்தேர் மஹிஷ்யை
புனராகமனானபேக்ஷா விதாத்ர்யை
தேவாகாரை:பரிக்ஷிப் தாயை
ஹோம தூம ஸமாக்ரந்த வஹ்னி மண்டல மண்டிதாயை
ப்ரும்ம கோஷ கோஷாயை
முனிசிலா ஸமாவ்ருதாயை
ஸ்னான பரைர் விப்ரைஸ் ஸேவிதாயை

ஹோம் பராயணை:விப்ரைர் யுதாயை
அப்யுதயாத்மனோ ஹரே:பூஜாம் குர்வாணானாம்   690
ப்ராம்மணானாம் கணைர் வ்ருதாயை
ஸ்வாத்யாய நிரதைர் யுக்தாயை
கர்ம காண்ட விசாரத ஸஹிதாயை
தடகத பௌராணிகாயை
மஹாவ்ரத பராயண ஸேவிதாயை
தர்மவ்யாகரண சாஸ்த்ர நிர்வசன ஸம்வ்ருதாயை
பிங்கல ஸத்கதி ப்ரதாயின்யை
காலுச ஸத்கதி தாத்ர்யை
காஞ்சன மாலினீ ஸம்யுதாயை
ஓம் சந்த்ர மாலினீ ஸம்யுதாயை   700நம:
சரணாகத வத்ஸலாயை
தசாவதார தீர்த்தவத்யை
மணிக்ராம ஸம்புதாயை
பத்ரஶ்ரீ ஸர்வ பூஷிதாயை
நானாமணி ஸ்தோம கருணாருண வாஹின்யை
நவஸ்தான ஸம்யுதாயை
மத்ஸ்ய மூர்த்தியதாயை
கூர்ம மூர்த்தியுதாயை
வராஹ மூர்த்தி யுதாயை
ந்ருஹரி மூர்த்தியுதாயை   710
லோக மாத்ரு வாமன மூர்த்தியுதாயை
க்ஷத்ரபஞ்சன பார்கவ மூர்த்தியுதாயை
தாசரதி ராம மூர்த்தி யுதாயை
ஆக்ருஷ்ட யமுனாபூர ராம மூர்த்தியுதாயை
கோபிகானந்த கிருஷ்ண மூர்த்தியுதாயை
நிர்ம்லேச்சகர ஹயக்ரீவ மூர்த்தியுதாயை
ஸகல ஜனாக பங்க ராசி ப்ரக்ஷோப ப்ரகடித ஜாஹ்வீ ப்ரவாஹாயை
மாயாயாமவதீர்ண கிருஷ்ண வைபவாயை
யசோதா தனயானந் தின்யை
கோகுல தனய பூஷணாயை   720
தேவகீ ஸம்பவ மண்டனாயை
போஜேந்த்ர மந்திர ஜாத ப்ரியாயை
கோகுல ப்ரதியான பூஷிதாயை
மாயா மாஹாத்மிய தர்சன பூஷிதாயை
பூதனா ப்ராண ஹரண பூஷிதாயை
சகடாஸுர மோக்ஷக ஸ்துதாயை
த்ருணாவர்த்த நிஷூதக ஸேவிதாயை

யமலார்ஜுன பேதக ஸேவிதாயை
ப்ருந்தாவன வாஸி ஸம்ஸ்துதாயை
பகரூபி நிக்ராஹக ஸ்துதாயை 730
அகாரஸுர மோசக ஸம்ஸ்துதாயை
ப்ரும்மாஹங்கர நாசக ஸ்துதாயை
வத்ஸாஸுர ப்ரலம்ப காதுக பூஜிதாயை
தேனுக வ்ருஷ ஹந்த்ரு பூஜிதாயை
அக்ரூர ஸேவ்ய பூஜ்யாயை
கம்ஸ சத்ரு பூஜ்யாயை
த்வாரகா நாயக ஸேவிதாயை
நரகாரி ஸேவிதாயை
உத்தவோபதேஷ்ட்ரு மான்யாயை
ஸ்ரியா ஸேவிதாயை 740
பூம்யா ஸேவிதாயை
ஓம் ஹ்ரியா ஸேவிதாயை
நம:
துஷ்ட்யா ஸேவிதாயை
புஷ்ட்யா ஸேவிதாயை
இஷயா ஸ்துத்யாயை
ஊர்ஜயா ஸ்துத்யாயை
ஸ்ரத்தயா மான்யாயை
அஸ்ரத்தயா ஸ்துத்யாயை
காந்த்யா ஸேவ்யாயை
அசேஷ சம்சயத்வாந்த நிராகரண கௌமுத்யை 750
மஹாபகுல மண்டிதாயை
ப்ருந்தாவன வாஸி ஸம்ஸ்துதாயை
பகரூபி நிக்ராஹக ஸ்துதாயை
அகாஸுர மோசக ஸம்ஸ்துதாயை
ப்ரும்மாஹங்கர நாசக ஸ்துதாயை
வத்ஸாஸுர ப்ரலம்ப காதுக பூஜிகாயை
தேனுக வ்ருஷ சங்க சூட ஹயாஸுர ஹந்த்ரு பூஜிதாயை
அக்ரூர ஸேவ்ய பூஜ்யாயை
கம்ஸ சத்ரு பூஜ்யாயை
த்வாரகா நாயக ஸேவிதாயை 760
நரகாரி ஸேவிதாயை
உத்தவோபதேஷ்ட்ரு மான்யாயை
ஸ்ரியா ஸேவிதாயை
பூம்யா ஸேவிதாயை
ஹ்ரியா ஸேவிதாயை

துஷ்ட்யா ஸேவிதாயை
புஷ்ட்யா ஸேவிதாயை
இஷயா ஸ்துத்யாயை
ஊர்ஜயா ஸ்துத்யாயை
ஸ்ரத்தயா மான்யாயை   770
அஸ்ரத்தயா ஸ்துத்யாயை
காந்த்யா ஸேவ்யாயை
அசேஷ ஸம்சயத்வாந்த நிராகரண கௌமுத்யை
மஹாபகுல மண்டிதாயை
சிஞ்சாபாதபயுத பூஷிதாயை
அனந்த நாம ஸேவ்யாயை
பூதர ஸ்துதாயை
அஸ்வப்ன பூஜிதாயை
மணிபீஜ மண்டனாயை
மணி த்ரும பூஷணாயை   780
அம்ருதாத்ம ஸ்துதாயை
யோகி த்யேயாயை
ஓம் பூமண்டல சிகாமணி பூஜ்யாயை நம
வரத மான்யாயை
முத்ரிகாங்குர பூஜயாயை
வனஸ்பதி குலசேகர பூஷணாயை
சிஞ்சா சாகீ பூஷணாயை
ரமா பூஷணாயை
ஸ்ரீ புரீ மண்டனாயை
பகுலாடவீ பூஷணாயை   790
ப்ரணவ ஸ்தான நகரீ மண்டனாயை
ப்ராக்தனா மான்யாயை
பாப ஹாரிணீ பூஷிதாயை
முக்தி கமலா மான்யாயை
ஆஸ்கர்ய ஸௌபாக்ய ஸாகராயை
நானாபதாகா ஸந்நத்த மணி ப்ராஸாத ஸங்குலாயை
அக்ஷீப்யாந்தே மந்த்ரேண மஹாபாதக ஜாலிகா நாசின்யை
ஸமஸ்பந்த ஜாத மந்த மாருத வித்ருதாயை
த்வாதச க்ருச்ர பல தாயின்யை
மேஷ மாஸே பாபநாசே அஷ்டாக்ஷரேண பஞ்சா க்ஷரேண வா ஜபன்
ஸ்னானேன ஸமஸ்தபல தாயின்யை   800
ராஜ ஸூய பல தாயின்யை
வைசகா பூர்ணிமாயாம் த்வாதசாக்ஷரோச்சார ணேன கஜேந்த்ர வரத
ஸ்னானேன ஸமஸ்த பலதாயின்யை

ஜ்யேஷ்டே சுக்ல துவாத ச்யாம விஷ்ணு ஸூக்தம் ஜபன் ஸோம தீர்த்த ஸ்னானேன ஸம்பூர்ண பலதாத்ர்யை

பஹூ பராகக்ருச்ர பல தாயின்யை

ஸர்வ பாப வினாசின்யை

ஸர்வ தாரித்ரிய சமன்யை

ஸர்வ துக்க நிவாரிண்யை

அக்னிஷ்டோம பல ப்ரதாயை

ஆஷாட தர்சே பாண தீர்தே காயத்ரீம் உச்சரன் ஸ்னானேன ஸோம்பா பலப்ரதாயின்யை

ச்ராவணே பௌர்ய மாஸ்யாம் க்ஷிப்த புஷ்பவதீ தீர்த்த ருத்ரஸூக்தம் ஜபன் ஸ்னானேன ஸர் வக்ரது பல தாயின்யை   810

பாத்ரபதே சுக்ல சதுர்தச்யாம் ஹரிஸ்மரணேன வைகுண்டகலச தீர்த்த ஸ்னானேன வாஜபேய க்ரது பல தாயின்யை

ஆச்வயுஜே சுக்ல பக்ஷே துர்கா தீர்த்த ஸ்னானேன ஸர்வக்ரது பல தாயின்யை

வந்த்யானாம் வந்த்யாத்வ தோஷ நிவர்தின்யை

விஜய தசம்யாம் கௌரீ தீர்த்த ஸ்னானேன ஸர்வ பூமி தானபல தாயின்யை

கார்த்திக்யாம் க்ருத்திகா யோககே தாம்ரா ஸாகா ஸங்கமே சிவடக்ஷரம் ஜபன் ஸ்னானேன கோ ஸஹஸ்ர தானே பல தாயின்யை

ஓம் மார்க சீர்ஷே த்வாதச் யாம் புருஷஸூக்தம் ஜபன் வ்யாஸ தீர்த்த ஸ்னானேன வேத பாரா யணபல தாயின்யை

துவாதச்யாம் ஸ்ரீ புரே ஹரி ஸன்னிதௌ நாராயணோபநிஷதம் ஸ்னானேன கன்யாதான பல தாயின்யை

புடார்ஜுன புரே புஷ்ய பூர்ணிமாயாம் ருத்ரானு வாகம் ஜபன் ஸ்னானேன பிரும்ம பூயத்வ தாயின்யை

முக்த்யைக ஸாதனாயை

மகரே மஹாதீர்த்த ஸ்னானேன கன்யாசத தானாதிக பல தாயின்யை 820

சிவராத்ரியாம் உஷ:காலே ஸோமாரணியே சிவஷ்ட க்ஷரம் ஜபன் ஸ்னானேன தப்த க்ருச்ர பல தாயின்யை

மந்த்ர தீர்த்த ஸ்னானேன கோடி ப்ராம்மண போஜன பல தாயின்யை

ரோஹிண்யாம் ராம தீர்தே ஸ்னானேன ப்ரூண ஹத்யா ஸஹஸ்ரேப்யே முக்தி தாயின்யை

சித்ரானதீ ஸங்கமே ஸூதம் சனம் ஜபன் ஸ்னானேன மஹாவ்ரத பல தாயின்யை

கிருஷ்ணாஷ்டம்யாம் த்ரிணதீ ஸங்கமே ஸ்னானேன ஸர்வ பாத கேப்யோ முக்தி தாயின்யை

தக்ஷிணா வர்தே ஸ்னானேன குருத்ரோஹ மோ சன்யை

விஷுவே கடனாஸங்கமே ஸ்னானேன கோ வத பாபநாசின்யை

சாயா தீர்த்த ஸ்னானேன மித்ர ஹத்யா தோஷ நாசின்யை

ரோஹிண்யாம் ரோமச தீர்த்த ஸ்னானேன ப்ரும்ம ஹத்யா தோஷ நாசின்யை 830

விஷ்ணு ச்ருங்கலக யோகே விஷ்ணு வனே ஸ்னானே ஸர்வ பாதக நாசின்யை

ப்ரும்ம தீர்த்த ஸ்னானேன ஸ்த்ரீ வத தோஷ நாசின்யை

ருஷி தீர்த்த ஸ்னானேன ஸர்வ பாதக நாசின்யை
இந்த்ரஸ்ய புரோசன ஸுதா வத தோஷ நிவ்ருத்தி தாயின்யை
ஆனந்த வித்யா ஸம்பத்தி விச்ராணன வினோ தின்யை
மஹா பாதக ஸங்காத பஸ்மீகரண ஸமர்த்தாயை
சது:ஷஷ்ட்யா:அத்யா யை வர்ணிதாயை
சது:சதோத்தர ஷட் ஸஹஸ்ர ஸங்க்யாக ச்லோகை:கீர்த்திதாயை
ஏகோ பஞ்சாசதுத்தர சத தீர்த்த பூஷிதாயை
ப்ரும்ம வ்ருத்த புரமண்டனாயை   840
பரானுபூதி புர பூஷயாயை
பரா நிம்னகாலங்க்ருதாயை
அனுபூதி நதீ மண்டனாயை
தக்ஷிண காஞ்சீ பூஷிதாயை
கங்கால நாத ஸேவிதாயை
சாலி வாடிபுரீ பூஷணாயை
ஸர்வதோபத்ர மஹிதாயை
பாகீரதீ கலுஷ நாசின்யை
வஸிஷட சாப நாசின்யை
ஓம் குந்தலாயா பர்த்ருத்வ தாயின்யை   850
ஸ்த்ரீணாம் தீர்க்க ஸௌமங்கல்ய தாயின்யை
அஷ்ட திக் பாலானாம் ஐச்வர்ய தாத்ர்யை
யமுனா பாப பஞ்சன்யை
த்ரிபதகா வரண நாசின்யை
தர்ம ராஜா விஷ்க்ருத மஹிமவத்யை
காவேரீ புண்ய தாத்ர்யை
துங்கபத்ரா பாப விகா தின்யை
ஸர்வோத்தமாயை
காச்யப ஸேவிதாயை
அதிதி ஸேவிதாயை   860
ப்ருஹஸ்பதி பூஜிதாயை
ஸ்னானாத் மோக்ஷ தாயின்யை
த்யானாத் மோக்ஷ தாயின்யை
பானாத் மோக்ஷ தாயின்யை
பதே பதே தேவாயதன சாலின்யை
கோஷ்பதமபி தீர்த்தா வினா பாவாயை
பதமேகமபி பாவனத்வ ஜனன சக்திமத்யை
நர்மதாஹ்லாத ஜனன்யை
ஸரஸ்வதீ பூஜிதாயை
ரமா தீர்த்த சாலின்யை   870
தடகத சீதாம்சு நிலயாயை

தீரகத பாஸ்கர மந்திராயை
தேவர்ஷி பூஜிதாயை
ராஜர்ஷி பூஜிதாயை
ப்ரும்மரிஷி மான்யாயை
மஹாகவி கீதவைபவாயை
தீர்த்த கார ஸ்துதாயை
த்விஜேந்த்ர பூஜ்யாயை
க்ஷத்ரிய.குல வர்த்தின்யை
வித்யுத் சக்தி ப்ரதாயின்யை   880
வைச்ய குல ஸஞ்ஜீவி காயை
கீடஸத்கதி ப்ரதாயை
பதங்க குல மோக்ஷதாயை
கோபகுலவர்த்தின்யை
சூத்ர குலப்பிரியாயை
க்ரும்ி ஸத்கதி தாயை
கோகுலாநந்த ஜனன்யை
பசு பசுப ஸேவிதாயை
சதுஷ்பதாம் நீரோக காரிண்யை
த்விபதாம் ஆயுரா ரோக்ய ஸத்ஸந்தான ப்ரதாயின்யை   890
ஓம் வாஞ்சிதார்த பூரகாயை
நம:
ஸதத ஸேவிதாயை
ஆஹ்னிக நிர்வர்த்தன தக்ஷாயை
பித்ரு ப்ரியாயை
ருண விமோசின்யை
பந்த விமோசின்யை
பாசச் சேதின்யை
வித்சேத பத தாயின்யை
அஷ்டலக்ஷ்மீ தாயின்யை
சது:ஷஷ்டி கலா ரூபிண்யை   900
கால ஹஸ்தீச மண்டி தாயை
சத்வாரிம்சத் விஷ்ணு சேஷத்ரேஷு உத்தம சேஷத்ரபூத நாதாம்புஜ மண்டிதாயை
அஷ்டாதச வித்யா ரூபிண்யை
சதுர் வேத ரூபாயை
ஷட் சாஸ்த்ர ரூபாயை
ஷட் தர்சன் நிபுண பூஜ்யாயை
அஷ்டாதச புராண ஸார பூதாயை
நிகமாகம ப்ராண பூதாயை
நவநிதி ரூபாயை

அணிமாதி அஷ்ட ஸித்தி ப்ர தாயின்யை 910

அஷ்டாதச உப புராண ஜீவ பூதாயை

ராமாயணாத் மிகாயை

ஷடங்க ஸாராயை

சாஸ்த்ர ஸாராயை

மந்த்ர ஸாராயை

யந்த்ர ஸாராயை

தந்த்ர ஸாராயை

ஆகம ஸாராயை

வேத ரூபாயை

நாத ரூபாயை 920

பிந்து ரூபாயை

கலா ரூபாயை

தர்ம ரூபாயை

ஸத்ய ரூபாயை

சிவ ரூபாயை

ஸௌந்தர ரூபாயை

விசவ கல்யாண நிதானயை

ப்ரணவ ரூபாயை

ப்ரணவாகாராயை

ப்ராணினாம் ப்ராண தாத்ர்யை 930

ப்ராணா தாரகாயை

ஓம் ஐந்தூனாம் ஜரா ஜன்ம விபத்தி நாசின்யை

நம:

ஸப்தர்ஷி ஸேவிதாயை

நதீபதி லாலிதாயை

ஸர்வாத்தி பஞ்ஜன்யை

பாப நாசின்யை

அவித்யா மூல நாசின்யை

பாப நாசின்யை

அவித்யா மூல நாசின்யை

அகதிகானாம் கதிரூபிண்யை 940

அசரணானாம் சரண்யாயை

அநாதானாம் நாதாயை

ஆர்த்தானாம் ஆர்த்தி நாசின்யை

தீனானாம் கல்ப வ்ருக்ஷாயை

காம தோக்தர்யை

ஸதாம் பாரிஜாத பூதாயை

ஸஜ்ஜனானாம் ஸந்தான கலதாயை

வந்த்யானாம் பஹூபுத்ர தவ தாயின்யை
ஸர்வ ஜகதா தாராயை
ஆனந்த ரூபிண்யை 950
பரமானந்த ரூபிண்யை
மோக்ஷானந்த ஸர்வ ரூபாயை
ப்ரும்மானந்த ஸ்வரூபாயை
இச்சா ரூபாயை
கிரியா ரூபிண்யை
ஞான சக்தி பூதாயை
மந்த்ர சக்தி பூதாயை
உத்ஸாஹ சக்தி பூதாயை
பிரபு சக்தி பூதாயை
சதுர் விம்சதி தத்வ ரூபாயை 960
காந்திமதீ ஸேவிதாயை
மனு பூஜிதாயை
ஸுமேரு கன்யா லாலிதாயை
வஜ்ராங்கத சாப மோசின்யை
கோதாவரீ ஸத் க்ருதாயை
ஸராவதீ மான்யாயை
முக்தாவதீ ப்ரியாயை
மணிவதீ மித்ராயை
பூர்ணா ஸுஹ்ருதே
கோரா ப்ரீதி ஜனன்யை 970
குமுத்வதீ ஸந்தோஷ காரிண்யை
ச்யாமாவதீ ஸத்க்ருதாயை
சந்த்ர ஸேனா யுதாயை
ஓம் கபிலா வந்த்யாயை நம:
அருணா ஸ்துத்யாயை
கந்தவதீ தனயாயை
குப்தி ச்ருங்க பூஷிதாயை
ஜயந்தீ நாதா அலங்க்ரு தாயை
வேத ஸார ஸர்த்ரு பூஷிதாயை
குஹ பக்த ஜன்ம தேச மண்டிதாயை 980
சைவ சித்தாந்த ப்ரகாசக பண்டிதமண்டிதாயை
த்வனி ப்ராண பூத த்ராவிட பாஷா பீஜ பூதாயை
வாணீ ரூபிண்யை
வாங்மய ஜீவின்யை
பாஷா ப்ராணாதாராயை
நாதாத்மிகாயை

சராசர பீஜ பூதாயை

தக்ஷிணா மூர்தி ஸேவ்யாயை

ஸச்சிதானந்த விக்ர ஹாயை

கால கால ஸுபூஜ்யாயை 990

பரம தேவதாயை

குரு பரம்பரா ஸ்ருஷ்டி காரண பூதாயை

மஹா தேவதா ரூபிண்யை

தைவ ப்ராம்மண விக்ர ஹாயை

த்ரயஸ்த்ரிம்சத் கோடி தேவதா ரூபிண்யை

வர்ணாச்ரம தர்ம ஸம்ஸ்தாபனாயை

ஸனாதன தர்ம ஸ்த்ரீ கரணாயை

ராஜ வம்ச ஸமுன்னதி காரிண்யை

ஸ்ரீ தாம்ராயை

ஸ்ரீ தாம்ரபர்ண்யை 1000

ஸுதாம்ராயை

ஸுதாம்ரபர்ண்யை

உத்தர வாஹின்யாம் புஷ்யே ஸுரேந்த்ர தீர்த்த ஸ்னானே அசீதி க்ருச்ர பலதாயின்யை

மஹா வ்யதீபாதே வ்யாஸ தீர்த்தே ஸ்னானேன அசீதி க்ருச்ர பவதாயின்யை

நைமிசே ஸத்ரே ஸமவேதானாம் முனீனாம் ஆனந்த தாயின்யை

புண்யோதக ஸ்பர்சேன த்ரிகால க்ஞான தாத்ர்யை

ஸௌமிக சாதுர்மாஸ் யாக்ய மஹாக்ரது நிர்வர்த்தன தக்ஷாயை

வ்ருச்சிக மாஸே ப்ரதி த்வாதசவர்ஷம் குரோ:வ்ருச்சிக ராசி ப்ரவே சேன புஷ்கராக்ய மஹோத்ஸவ கர்த்ர்யை

இக்ஷ்வாகு வம்சஜானாம் குல நக்ஷத்ர பூத இந்த்ராக்னி தேவதாக விசாகா நக்ஷத்ர ஸம்பூதாயை

மான்ய ஆசார்ய ஸ்ரீவித்யா ரத்ன மஹர்ஷிக்ருத பாத யாத்ராபரிக்ரமண மஹிமவத்யை

ஸ்வ தீரே அஷ்டோத்தர ஸஹஸ்ர ஸங்க்யாக வால்மீகி ராமாயண ஸம்பூர்ண பாராயாதி அதிருத்ராதி ப்ரேரிகாயை

ஓம் ராமாயணீய ஸம்ஹிதா கர்த்ரு பரிபோஷிண்யை நம:

ஜயதி ராமாயண திவ்ய ப்ரபந்த கர்த்ரு பரி போஷிண்யை

ஜயதி ராமாயண மஹா மந்த்ர த்ரஷ்ட்ரு பரிபோஷிண்யை

ஸபா ஸபாபதி ஸப்ய ஸபர்யா பாஜனாயை 1008

ஸ்ரீ தாம்ரபர்ணீ ஸஹஸ்ர நாமாவளி ஸம்பூர்ணம்

ஸ்ரீ தாம்ரபர்ணீ அஷ்டோத்ர சத நாமாவளி

ஓம் மஹாமங்கள் தாயை நம:
மஹாதேவ்யை
மாலாயை
மோக்ஷதாயின்யை
மஹாமணிகணா
கீர்ணாயை
மகுடாங்கததாரிண்யை
மஹதாஸ்சர்ய நிலயாயை
மனோஹராயை
மணிகர்ப்பாயை
மலயஜாயை
மஹாமணிப்ரஸவே
மஹாபாதக நாசின்யை
மஜ்ஜதாம் ந்ருணா மன்னதாயை
மலயாத்மஜாயை
மீனபரணீஸ்நானஸந்துஷ்டாயை
மந்தரகைலாஸோரவே
முனிகணைஸ்ஸேவ்ய மானாயை
முனீசுவரஸ் யந்தன மார்க யானாயை
மீனலோசனாயை
முனீனாம் புண்யைராச்ரமை ரதிஷ்டித தடத்வ யாயை
மந்தகாமினா மருதாசாம் பேய குசுமா மோதின்யை
மரந்தாராநி கரைர்வர்த்த மானாயை
மஹோதயாகாராயை
மனோக்ஞுமணி பூஷணாயை
மலய நந்தின்யை

முக்திமுத்ராயை
மங்கலாலயாயை
மருத்வத்யை
மணிமாத்ரே
மஹோதயாயை
முனீசுவரஸ்யந்தன மார்க தோயாயை
முனிதீர்த்த பூஷணாயை
ஓம் முக்தாசிலாலங்காராயை நம:
முனிதீர்த்தவத்யை
மணிக்ரீவ சாப விமோக்த்ரு பைரவ தீர்த்தவத்யை
மீலனவத்யை
மார்க்கண்டேயாக்ய தீர்த்த வத்யை
மந்த்ர தீர்த்தவத்யை
மஹாலோஹித ஸம்ஸர் காக்ய தீர்த்த ரூபிண்யை
ம்ருத்யுஞ்ஜய ரூபிண்யை   40
மாஹிஸ்மத தீர்த்தவத்யை
மராள தீர்த்த ரூபிண்யை
மஹாகுசுமவ்ருஷ்டி ரூபிண்யை
மாயாரண்ய வத்யை
மேகலா தீர்த்தவத்யை
முக்தி முத்ராபிதாவத்யை
மதாவலவத்யை மாணிக்ய கர்ப்பிண்யை
மஹாபாதகஜம்பால பரிசோஷண பாஸ்கராயை
மாயா ஜால மஹாத்வாந்த பரிபந்தி பய:கணாயை
மஜ்ஜதாம் பாப ஹாரிண்யை
மந்த்ராணாம் மந்த்ர சக்தயே
மைத்ராவருணி ரக்ஷிதாயை
மஹாமலயகேதன மான்யை
மஹஜனநிஷேவிதாயை
மணிக்ரீவபத ப்ரதிஷ்டாத்ரியை
மஹாபரிப்லுஷ்டாயை
மலயாசல ஸம்பூதாயை
மலயாநிலஸோதராயை
மஹாபாபஹராயை
முராரிணா ஸ்துதாயை
மணி காஞ்சன மந்திராயை
மந்த்ர மந்த்ரிதை:அக்னிபி:பூதாயை
மஹாவேக ஸமுத்க்ருஷ்ட நானாதருவதாவ்ருதாயை
மாகந்த, குந்த, மாத்வீக நமேருபனஸாவத்யை

மஹாதபோவிபூதி விபவார் சிதாயை
மணிஸக்யை
முக்தா ஸக்யை
மஹ நிர்ஜர ரூபிண்யை
மஹாபூரப்ரவாஹிண்யை
மத்ஸ்ய கச்சப ஸம்பா தாயை
மஜ்ஜதாம் பாக்யதாயின்யை
மாதவீ தனயப்ரியாயை
மஹாதபோநிர்த்தூத கல்மஷாயை
மூலப்ரக்ருதி ஸமக்ஞிதாயை
ஓம் மதி தபாப குலாயை   நம:
மஹாப்தேர்மஹிஷ்யை
முனிசிலா ஸமாவ்ருதாயை
மஹா வ்ரதபராயண ஸேவிதாயை
மணிக்ராம ஸம்யுதாயை
மத்ஸ்ய மூர்த்தியுதாயை
மாயாயாமவதீர்ண க்ருஷ்ணவைபவாயை
மாயாமா ஹாத்மிய தர்சன பூஷிதாயை
மஹா பகுலமண்டிதாயை
மணிபீஜமண்டனாயை
முத்ரிகாங்குர பூஜ்யாயை
முக்தி கமலாமான்யாயை
மேஷமாஸி பாபநாஸே
அஷ்டாக்ஷரேண, பஞ்சாக்ஷரேணவா ஜபன்ஸ்நானேன ஸமஸ்த பலதாயின்யை
மார்க சீர்ஷே த்வாதசியாம் புருஷ சூக்தம் ஜபன் வ்யாஸ தீர்த்த ஸ்னானேன
வேத பாராண பலதாயின்யை
மகரே மஹாதீர்த்த ஸ்நானேன கன்யாசத தானாதிக பலதாயின்யை
மந்த்ர தீர்த்த ஸ்நானேன கோடிப்ராஹ்மண போஜன பல தாயின்யை
மஹா கவி கீதவைபவாயை
மந்த்ரஸாராயை
மோக்ஷா நந்தஸ்வரூபாயை
மந்த்ரசக்தி பூதாயை
மனு பூஜிதாயை
முக்தாவதீ ப்ரியாயை
மணிவதீ மித்ராயை

மஹாவ்யதீபாதே வ்யாஸ தீர்த்தே ஸ்நானேனாசீதி
க்ருச்ர பலதாயின்யை
மஹாக்ரது நிர்வர்த்தன தக்ஷாயை
முனினாமானந்ததாயின்யை

மான்யாசார்ய மஹர்ஷி க்ருத பாதயாத்ரா பரிக்ரமண மஹிமவத்யை

மஹாமந்த்ரத்ரஷ்டரு பரிபாலிகாயை

மஹாஸாம்ராஜ்ய தாயின்யை

மஹாமஹிம பத்ரசக்தி பரிபூர்ணாயை

மனீஷிமான்யாயை

ஜயதி ராமாயண லிபி

தாம்பரபர்ணீ - பஞ்சதசாக்ஷரீ

மான்யாசார்ய மஹர்ஷி க்ருத பாதயாத்ரா பரிக்ரமண மஹிமவத்யை

மஹாமந்த்ரத்ரஷ்டரு பரிபாலிகாயை

மஹாஸாம்ராஜ்ய தாயின்யை

மஹாமஹிம பத்ரசக்தி பரிபூர்ணாயை

மனீஷிமான்யாயை

ஜயதி ராமாயண லிபி

தாம்பரபர்ணீ - பஞ்சதசாக்ஷரீ